தொலையா வட்டம்

தொலையா வட்டம்

ராஜன் ஆத்தியப்பன் (பி. 1974)

கட்டடத் தொழில். குமரி மாவட்டம் நாகர்கோயிலில் வாழ்க்கை. 'கடைசியில் வருபவன்', 'கருவிகளின் ஞாயிறு' ஆகிய இரண்டு கவிதைத் தொகுதிகள் வெளியாகியுள்ளன. இவருடைய மொழிபெயர்ப்பில் மலையாளக் கவிஞர் களத்தர கோபனுடைய தேர்ந்தெடுத்த கவிதைகள் 'காந்தி ஸ்கொயர்' என்ற தொகுப்பாக வெளியாகியுள்ளன.

தொடர்புக்கு: rajanathiappan0101@gmail.com

ராஜன் ஆத்தியப்பன்

தொலையா வட்டம்

காலச்சுவடு பதிப்பகம்

அன்பார்ந்த வாசகருக்கு,

வணக்கம்.

காலச்சுவடு நூலை வாங்கியமைக்கு நன்றி.

நூலின் உள்ளடக்கம், உருவாக்கம், அட்டைப்படம் இன்ன பிற அம்சங்கள் பற்றிய உங்கள் கருத்துகளையும் ஆலோசனைகளையும் காலச்சுவடு வரவேற்கிறது. தகவல், எழுத்து, வாக்கியப் பிழைகள் தென்பட்டால் கட்டாயம் தெரிவித்து உதவுங்கள். நூல் தயாரிப்பில் கடும் குறைபாடு இருப்பின் மாற்றுப் பிரதி உங்களுக்குக் கிடைக்கக் காலச்சுவடு ஏற்பாடு செய்யும்.

மின்னஞ்சல்: **publisher@kalachuvadu.com**

காலச்சுவடு நாகர்கோவில் அலுவலகத்துக்குக் கடிதம் அனுப்பலாம்.

தங்கள்
எஸ்.ஆர். சுந்தரம் (கண்ணன்)
பதிப்பாளர் — நிர்வாக இயக்குநர்

தொலையா வட்டம் ♦ கவிதைகள் ♦ ஆசிரியர்: ராஜன் ஆத்தியப்பன் ♦ © ராஜன் ஆத்தியப்பன் ♦ முதல் பதிப்பு: டிசம்பர் 2023 ♦ வெளியீடு: காலச்சுவடு பப்ளிகேஷன்ஸ் (பி) லிட்., 669, கே.பி. சாலை, நாகர்கோவில் 629001

காலச்சுவடு பதிப்பக வெளியீடு: 1251

tolaiyaa VaTTam ♦Poems♦Author: Rajan Athiyappan ♦ © Rajan Athiyappan ♦ Language: Tamil ♦ First Edition: December 2023 ♦ Size: Demy 1 x 8 ♦ Paper: 18.6 kg maplitho ♦ Pages: 112

Published by Kalachuvadu Publications Pvt. Ltd., 669, K.P. Road, Nagercoil 629001, India ♦ Phone: 91-4652-278525 ♦ e-mail: publications @kalachuvadu.com ♦ Adyar Students xerox Pvt. Ltd., No. 275 Habibullah Road, Triplicane high Road, Opp Triplicane Post Office, Triplicane, Chennai 600005

ISBN: 978-81-19034-70-3

12/2023/S.No. 1251 kcp 4801, 18.6 (1) rss

அம்மாவுக்கு

நன்றி

சிலேட்
மணல்வீடு
காலச்சுவடு
அம்ருதா
கனலி
அகழ்
மின்னிதழ்கள்

பொருளடக்கம்

முன்னுரை	13
1. கன்னியாகுமரி	17
2. முதலில் யானை என்றவர்கள்	19
3. நகரின் கழிப்பறைக்குள் நுழைந்து சிறுநீர் கழிக்கும்	20
4. அழகிய ஒருத்தியை நேர்காணக் கூசுபவன்	21
5. அன்று	22
6. யானை வளர்ப்பவன்	24
7. ஐந்தாறு பேர் மின்கம்பத்தில் கட்டப்பட்டிருந்த அவனை	26
8. ஞானாரண்யம்	27
9. எட்டினைப் போல் இடையிளைத்தவள்	29
10. நள்ளிரவு பேருந்து நிலையத்தை	30
11. நாம் நண்பர்கள்தான்	31
12. எனது வீட்டிற்குத் திரும்பும் வளைவில்	32
13. கட்டிட அடுக்கின் உச்ச தளத்திற்குச் சென்று	34
14. வரலாற்றுப் பாடம்	35
15. ஓட்டை ஓட்டை ஓட்டைகள்	36
16. இசையின் மடிமீது தலைவைத்துப் படுக்கும்	37
17. நாட்டுச் சாராயம் மிகையுற்று எதையோ கைப்பற்றி	38
18. இரவின் மணத்தோடு முற்றத்தில் நின்றிருந்தது	39
19. புகைப்பவனை நீ பார்த்திருக்கிறாயா என்றால்	40

20. அவனாக ஒத்துக்கொண்டான்	42
21. அர்த்தஜாமம் கதகதவென சூடுபற்றி வனத்திலெரிய	44
22. அலைபேசியை அடகுவைத்துக் குடித்தவன்	45
23. பெருங்குளம்	46
24. ஒண்ணு	47
25. இப்போது நாம் அகழ்ந்தெடுத்திருப்பது	49
26. உரையாடலின் முடிவில் பீறிடும் நீரூற்று	51
27. சிலுவைப் பாடுகள்	52
28. என்னை மன்னியுங்கள்	54
29. எதைஎதையோ பேசிக்கொண்டு	55
30. நாலைந்து வழிபாட்டுப் புத்தகங்களை...	56
31. முகத்திற்கு முன் நிலைக்கண்ணாடி தொங்க	57
32. அபிராமியின் அம்மாவுக்கு	58
33. வலது கையை இடதாக்கி	60
34. பாசிப் பற்றியேறும்	61
35. யாமத்தில் தடித்திருந்த கோட்டானின் குரலை	62
36. கோழிக் காமம்	64
37. மெல்ல மெல்லத்தான் நடந்தது	65
38. இரண்டாவது முறையாக	66
39. கண்கள் நிமிர்க்க இயலா	68
40. மீசையற்ற ஆண்களும்	69
41. மூன்றாவது முறையும் உன்னை மறுதலித்ததை உணர்ந்தபோது	71
42. நீர்வடிவு புனையும் வெளியில்	72
43. இடைவேளைக்குப் பிறகு	73
44. இரவு வானம் பனைநார் கட்டில்	75
45. இரவுறக்கப் பாயினுள் ஒடுங்கியமிழும் பகலின்	76
46. மூன்றாவது சுற்றுக்குக் குறைவுவர	77

47.	நீ பழங்களை ஆராய்ந்தெடுக்கும் கடையின்	79
48.	அரவை மில்	80
49.	கீழ்நோக்கிப் பெரிதாகும் ஆறாவது வட்ட விளிம்பிலிருந்து	81
50.	அவனிடமிருந்த மழையைப் பறித்துக்கொண்டேன்	82
51.	நான் பார்ப்பதற்கு முந்திய கணம் வரை...	84
52.	இறுதியாகச் சர்ச்சிலிருந்து வெளியேறுபவன் கண்கள்	85
53.	ராணி லக்கி பிரைஸ்	86
54.	திணையிலி	91
55.	வைகறையும் காலையும்	93
56.	ஒழுக்கத்தை ஏந்தி அலையும்	94
57.	கனத்த இருளில்	96
58.	மயிர்	98
59.	என்வீட்டு மொட்டை மாடியிலிருந்து	99
60.	அர்த்தநாரி	100
61.	எலுமிச்சங் கனியின் சுயசரிதையிலிருந்து சில குறிப்புகள்	102
62.	நோவின் தூல வடிவம்	107
63.	எனது வீடு	108
64.	மண்ணுழுந்தி	110

முன்னுரை

அனிச்சையில் மலரும் கணங்கள்

கவிதை எப்போதும் இணை மனஓட்டமாகவே இருக்கிறது. புறச்செயலின் அகவிளைவாய் அதன் இயக்கம் ஓய்வறியாதது. நினைக்கப்படுவதற்கும் செய்யப்படுவதற்கும் நடுவில் நிற்பது. மேற்கத்தியக் கழிவறையில் அமர்வது எப்படி எனக் கவலைப்படும் கவிதைகள், மேலிட்டிருக்கும் அங்கொன்றும் இங்கொன்றுமான கற்களில் தாண்டித் தாண்டி மூத்திரச் சந்தைக் கடப்பது எப்படி என வகுப்பெடுக்கும் கவிதைகள், நகரப் பேருந்துகளின் ஜன்னலோர இருக்கை கிடைத்தால் கைகளையும் முகத்தையும் வைத்துக்கொள்வது எப்படி எனச் சூத்திரம் எழுதும் கவிதைகள்; இவைபோக அழகியல், அரசியல், காதலென்று அனைத்து வகையான கவிதைகளுக்கும் மலிவானது முதல் மதிப்புமிக்கதுமான மாதிரிகள் தமிழ்ச் சூழலில் அநேகம். இதனிடையே தனித்துவ மான கவிதையொன்றை அடையாளம் காண்பது அல்லது வெளிப்படுத்துவதென்பது அரிதான செயலாகவே உள்ளது.

இன்னொரு கவிதைக்கு வழிவிட்டபடி எழுதப் படும் கவிதையே சிறந்த கவிதையாக அங்கீகரிக்கப் படும். பொதுமனதிலிருந்து விட்டு விலகித் தன்னுள் உறைந்து தனக்குள் படர்ந்து பந்தலித்துத் தனக் குள்ளே மடியும் கவிதைகளை எழுதிப் பழகிடத் தோன்றும். அவ்வாறான சிலவற்றை முயன்றிருக் கிறேன். ஒரு மொழியில் சிறந்த கவிதை மிகப்

பெரிய தாய் நண்டைப் போலிருக்கிறது. அதன் வயிற்றுப்பெட்டியைத் திறந்தால் அதனையொத்த குட்டிக் குட்டி சிறந்த நண்டுகள் ஏராளமாய் வந்து சாடுவதைப் பார்க்கலாம். இந்தக் குட்டி நண்டுகள் சட்டெனப் பெருத்துவிடும் விநோதம் நிரம்பியவை. இவற்றில் எது தாய் நண்டு எனக் கண்டுபிடிப்பது பெரும்பாடு. ஒருவகையில் சிறந்த கவிதைகளின் தன்மை இப்படியாகத்தானிருக்கிறது. இதிலிருந்து தப்பித்தலும் மீளுதலுமே புதிய கவிதையாக்கங்களில் நிகழ வேண்டும். ஆனால் விளைவுகளைப் பார்க்குமிடத்து நானும் விதிவிலக்கல்ல.

அடியும் முடியும் கிளைகளுமற்று மர அறுவை ஆலையில் கிடக்கும் ஒரு பூவரசந் தடியின் மேல்தோலை நெம்பியபடி பசுங்குருத்தொன்று தளிர்க்கிறது. யார் யாரோ அதை வெறுமை யாய்ப் பார்த்துச் செல்கின்றனர். மின்சாரத்தில் சுழலும் ரம்பங் களுக்கும் அதைக் குறித்து எந்தக் கருத்து நிலைப்பாடும் இல்லை.

அந்த மென்குருத்து அர்த்தத்திற்கும் அர்த்தமின்மைக்கும் இடையே முளைத்திருக்கிறது. அது மீண்டும் மரமாகுமென்று சொன்னால் யாரும் நம்பப்போவதில்லை. ஆனால் மரமாகும் சாத்தியத்தையும் தன்னுள் அது கொண்டிருப்பதை மறுப்பதற் கில்லை. எனது பல கவிதைகள் அந்தப் பசுங்குருத்தைப் போன்றவை.

சிலவற்றைத் தவிர மற்றவற்றிற்குத் தலைப்பு வைக்கவில்லை. கவிதைகளுக்குத் தலைப்பு வைப்பதென்பது எப்போதும் சிரமமானதாகவும் அயர்ச்சி தருவதுமாகவே இருக்கிறது. சில கவிதைகள் எழுதப்படும்போதே தனக்குரிய தலைப்பைத் தீர்மானிப்பது உண்டெனினும் அறிமுகமற்ற இடங்களில் புழங்கும் நாடோடித்தனத்தைத் தலைப்புகள் இழக்கச்செய்வதாய் எனக்கொரு நினைப்பிருக்கிறது. பெயர்ப் பலகை தாங்கிப் புறப்படும் ஒரு பேருந்தைப் போல அதன் இறுதி நிலைப்பு நிச்சயத்தோடிருக்கிறது. வகுப்பறைக்குள் ஒடுங்கியிருக்கும் குழந்தைகளின் நிலைபோல் தலைப்பின் கீழிருக்கும் கவிதைகள் தமது கை கால்களை மடக்கிக்கொண்டு ஆசன நிலையிலிருப்பதாய்த் தோன்றுகிறது.

இரண்டாயிரத்துப் பதினாறுக்குப் பிறகு உருவான கவிதைகள் இவை. பொதுவாக மறுபடியும் கவிதைகளைச் செப்பனிடுவதோ ஒப்பனை செய்வதோ சோர்வைத் தருவதாக இருப்பதால் அந்த மிகைநிலைக்குள் என்னை ஈடுபடுத்திக்கொள்ளவில்லை. கவிதைப்

பரப்பினிலிருக்கும் பள்ளங்களை அப்படியே விட்டுவிடுகிறேன். எதையும் நிரப்புவதில்லை. அதன் ஊனங்களை அப்படியே அனுமதித்துவிடுகிறேன். ஏனென்றால் நேற்று எழுதிய என் கவிதைக்கு இன்று நான் யாரோவாகிறேன். உறவுநிலையில் அத்துமீறலை நிகழ்த்திட மனம் ஒப்பவில்லை.

சரிசெய்து சரிசெய்து உருவாக்கிய சில கவிதைகளிருக்கின்றன ஒரு எந்திர விலங்கைப் போல. அதன் எல்லா அசைவுகளையும் என்னால் வரையறுக்க முடியும். ஆனால் காட்டு விலங்குகளிடம் என்னை ஒப்புக்கொடுக்கவே விரும்புகிறேன்.

அன்பு நண்பர், கவிஞர் பாலா கருப்பசாமி இந்த கவிதைகளைத் தொகுக்க உதவினார். தொகுப்பாக வெளியிடும் காலச்சுவடு பதிப்பகத்தாருக்கு அன்பும் நன்றியும்.

நாகர்கோயில்
16.11.2023

ராஜன் ஆத்தியப்பன்

கன்னியாகுமரி

அடைக்க அடைக்க
கதவைத் திறப்பதுதான்
குட்டிப் பெண்ணிவளின் பொழுது போக்கு.

வெளியில் விழித்திருக்கும் நள்ளிரவை
ஜன்னல்களில் திறக்கிறாள்.

மன்றாடித் தடுத்தாலும்
மாந்தளிரினைப்போல்
மத்தியான வெயிலையளைந்து
மினுங்கிப் பிரகாசிக்கிறாள்.

விருந்தினர் கூட்டத்தில்
அலமாரி விரித்து
துணிகளில் புதைந்திருந்த
உண்டியலின்
கனம் தாளாத பாவனையைச்
சிரிப்பில் மூட்டுகிறாள்.

உள்ளறையில்
மடித்துப் பொதியும் இரகசியங்களை
நடுவீதியில் அவிழ்த்து நகைக்கிறாள்.

பலூனுக்கு அக்காவாகிறாள்
பூனைக்குட்டிக்கு அம்மாவாகிறாள்
சிறு ஈர்க்கால் அடித்தபடி
செருப்புகளுக்குச்
சொல்லிக் கொடுக்கிறாள்.

சோற்றுப் பானையைத் திறந்துவிட்டு
முற்றத்துப் பறவைகளை
வீட்டினுள் ஓட்டி விளையாடுவாள்.

புத்தகங்களைத் திறந்து வைத்து
பக்கங்களின் படபடப்பைத்
தாண்டி ஓடுவாள்.

பாவாடையை வீசியெறிந்து
மழையை உடுப்பாள்.
மழைக்கு ஒருகுரல் கிடைக்க
தானே பாடுவாள்.

உறக்கத்தில்
மெல்ல இதழ் மலர
கால்களை மேலுங்கீழுமாய்
மிதிப்பதுபோல் அசைப்பாள்.
படுக்கையில்
ஒடிந்து கிடக்கும் நட்சத்திரங்களின்
ஒளிர் முனைகளைக்
கைகளால் துழாவிக்
கூந்தலைப் பிரிப்பாள்.

குட்டிப் பெண்
ஒரு பொழுதில்
கைவிரல்கள் மூடி என்னிடம் வந்து
'உள்ளே என்ன?' என்றாள்.
ஏதேதோ சொல்லி
தோல்வியில் பணிந்தேன்.
அவளோ
எதுவுமற்ற வெறுங்கை விரித்துக் காட்டித்
துள்ளிச் சிரித்தாள்.

மென்பிஞ்சு விரல்களில்
முகிழ்த்தெழுந்த வெறுமை
ஆகாயத்தில் சென்று தைத்து
வைர மூக்குத்தியாய்
ஒளிபிழியத் தொடங்கியது.

O

ராஜன் ஆத்தியப்பன்

முதலில் யானை என்றவர்கள்
நெருங்கியதும் உள் நடுக்கம் அமிழ்த்தி
கன்னம் மாறித் தொட்டு மனதுள் அஞ்சி
தொழுதனர்
கொம்பு முறித்தெழுதிய இதிகாசம் சொல்லினர்
கைலாயக் கொடுமுடியின்
முதல் மகவை நேர்ந்தனர்
கால்களின் சங்கிலி ஒலியுடைக்க
பின்புறம் கரிய வெள்ளம் திரண்டு அலைவுற
மேலெழுந்து பின்னிறங்கி
நடந்து நீங்கியபின்
மீண்டுமது கரு நிறத்திலகலும் பெரு விலங்காய்
மெல்லக் கடந்து போனது.

○

நகரின் கழிப்பறைக்குள் நுழைந்து சிறுநீர் கழிக்கும்
தற்கொலைக்கு உத்தேசித்தவன் தடுப்பிற்கு அடுத்து
நீர் பாய்க்கும் பருத்த குறியை ஓரக்கண்ணால்
அளந்து வெளியேறுகிறான்
தற்கொலை எண்ணம் தீவிரப்படுகிறது
தியேட்டர் கழிவறையின்
வெண்ணுருண்டைகள்
உருளும் மூத்திரக் கடத்திகளால் குறி சிறுத்த
அபலையவன்
நாளிலும் வயதிலும் தடிமெலிந்து தடிமெலிந்து
குழந்தையுடைய மாவடு போலானது
குறியினால் குற்றமிழைப்பவர்களை நசுக்க வேண்டுமென்று
புறம் பிதற்றி இயலாமை சபிக்கிறான்.

உலக உறுப்புகளெல்லாம்
குறிகளாயசைவதைக் கழிவிரக்கத்தில் காண்கிறான்
அவனது தற்கொலை நியாயமுள்ளது
தற்செயலானது
சிறு குறி நறுக்கி கடலிலெறிந்தபின் இறப்பதென்பதுதான்
அவனது நிச்சயம்
பின்பு
சவத்தின் மேல் தடித்த குறியினால் மகிமையுற்ற
உருவம் துலங்கக் கூடும்.

○

அழகிய ஒருத்தியை நேர்காணக் கூசுபவன்
மூடத்தெரியாத பைத்தியத்தின் தளர் முலையை
நெடுநேரம் வெறிக்கிறான்
அவனுக்குத் தெரிகிறது
பைத்தியம் பெண்ணென்று
அல்லது
பைத்தியமாயிருந்தாலும் பெண்ணென்று
அல்லது
பைத்தியத்தைத்தான் பெண்ணாய் காண்பதென்று
இல்லை
பைத்தியமாக்கிப் பெண்ணாக்குதலென்று.

O

அன்று
மாறுவேடத்தில் நகரைச் சுற்றிப்பார்க்கக் கிளம்பினேன்
(எனது எல்லா வேடங்களையும் அதாவது
ஒப்பனைகளின் இறுதி நிலைப் புறப்பாட்டையும் விழியிமை
அலைக்கோடு கொளுவிச் சுருங்க நோக்கி இதுவும்
மாறுவேடமெனப் புகழ்பவர் மகிழ)

இரவின் கருநரம்பு
எனச் சாலையைச் சொல்லலாமென்று
கற்பனை நெகிழும் மனது
உயரக் கட்டிடங்களின் தற்காலிக மௌனத்தினுள்
மெல்லிய வினாக்களாய்
ஆய்கிறது

புரிகிறது புரிகிறது
நகர்வலத்திற்காக நீங்கள் தந்திருப்பது நாய் வேடம்

நான் கிடைமட்டமாக நடக்க வேண்டும்

குறுக்கிடும் எனது வாலையோ காலையோ
உரசியபடி இருசக்கர வாகனத்தில்
உங்கள் வீடுநோக்கி விரைவீர்கள்
சில்லறை வசைகளுடன்

அவ்வாறே அதுவும் நடக்கிறது

நிணத்துகள் படர்ந்த பச்சை எலும்பொன்று
கிடைக்கிறது எனக்கு
கவ்வியபடித் தெருத்தெருவாய் ஓடுகிறேன்
துரத்தாதது துரத்த
யாருமில்லை ஓடுகிறேன்

சிறு நாணத்திற்குப்பின் வேடத்தைக் கலைக்க நினைக்கிறேன்
இந்த இரவின் நகரைப் பின்னொருநாள்

ராஜன் ஆத்தியப்பன்

நேரிட்டிருக்கலாமோ
பிறிதொரு நாள் என்ன வேடமெனக்கு
நிச்சயித்திருக்கிறீர்களோ

ஊழை அல்லது ஊளை
ஏதேனுமொன்றை நகரின்மேல் நிகழ்த்தியிருக்கலாம்

மறுக்கமாயிருக்கிறது (மாறு) வேடங்கள்.

O

யானை வளர்ப்பவன்

ஐய்ந்தாறு பேருக்கு எப்படியோ தெரிந்துவிட்டது
அவன் ஒரு யானைவளர்ப்பது
கால்களில் சங்கிலியற்று
கழுத்தில் கயிறற்ற
முதுகில் முடி வளர்ந்த
காட்டு யானையை காட்டு யானையாகவே வளர்க்கிறான்
அவனது மெலிந்த மூங்கிலுடல்
யானையுடலில் விகசித்து துதிக்கையசைக்கும்
வியப்பு சொல்லி மாளாது

நிலமற்ற அவன் பாழ் நிலத்தில்
யானையோடு விளையாடுகிறான்
வீதியில் அவன் பின்னே
முறக்காதுகள் வீசித் தொடர்கிறது

விசாரிக்கும் கூட்டத்தில்
நேற்று மதுக்குவளைக்குள் யானையை
மறந்து வைத்துவிட்டதாய் பிதற்றுவான்
போதமற்ற பொழுதில்
யானையை ஆகாயத்திலெறிந்து
நட்சத்திரங்களுக்கிடையே வெளுக்க வைப்பதாகவும்
புளுகுவான்
யானைக்குத் தீனி புகட்டும் மார்க்கமென்ன என்றால்
யானை வளர்ப்பவன் யானை வளர்ப்பவனாய்
இல்லாதிருத்தலே யானை வளர்க்கும்
மார்க்க மென்கிறான்

ராஜன் ஆத்தியப்பன்

ஒரு வேளை இது ஒரு வதந்தியாக இருக்கலாம்
அவன் கூட கற்பனையாக இருக்கலாம் என்றபடி
அவர்கள் கலையும்போது
யானை பொய்யில் பிரிந்தனர்
யானை வளர்ப்பவனுக்கு யானையால்தான் சாவு
என்றொரு கதை வழி சாபத்தையும் அவனுக்களித்துவிட்டு.

O

ஐந்தாறு பேர் மின்கம்பத்தில் கட்டப்பட்டிருந்த அவனை
அடித்துக் கொண்டிருந்தனர்
அதில் ஒன்றிரண்டுபேர் அடிக்கப் பழகுபவர்கள்
கறுப்பு வெள்ளை புராண படங்களில்
கண்டது போலொரு முகம்
கடைவாயில் உதிரம் கசிகிறது
நாலைந்து எலும்புகளேனும் முறிந்திருக்கலாம்
பிழை என்னவென விசாரித்தால்
ஆறுவயது சிறுமியை ...
மீண்டும் உதையும் அடியும்
எல்லாரும் கண்டிப்பாகத் தாக்க வேண்டும்
அவனது தாயை தமக்கையை தங்கையை
ஏசவேனுஞ் செய்ய வேண்டும்
காவலர் வந்தனர்
கட்டுகள் அவிழ்த்தனர்
பார்த்த மாதிரியும் பார்க்காத மாதிரியும்
இருக்கிறாயே யார் நீ
மெல்ல குசுகுசுத்துக் கேட்ட
என்னிடம்
நான் யயாதியின் கடைசி மகன் என்றபடி வண்டியேறினான்.

ಠ

ராஜன் ஆத்தியப்பன்

ஞானாரண்யம்

ஆதிக் காமத்தின் செந்நிற மலர்களை
ஆகாயத்தில் சூட்டியபடி
புராதனக் கொன்றையடி
சிறு மூளிக் கிளைகளில் குறுகியிருக்கிறது

இமைகள் மெல்லக் குனித்து
ஆயிரத்தெட்டுச் சமூக மையலில்
உள் மர்மம் அவிழ்த்துப் பின் திறக்க
ஒற்றையிலை நெருப்பில் மினுங்கும் விழிகளில்
தொன்மரபு கற்பித்து யாசிக்கும் நெடுவழி மக்கள்

அரையங்குலம் தாழ்ந்திருக்கும் நம்பூதிரியின்
புடைபரந்த பிருஷ்டம் கீழ்பருத்த தொடைகளில்
புதிய யுவதியொருத்தி வேறு வேட்கையுறுகிறாள்

முன்னைப் பழமைக்கும்
பின்னைப் புதுமைக்கும்
காமம் இயைவது

மாக்காளை சாணமிட்டதென்றால்
ஏற்றுக்கொள்கிறது
மாருதியின் உயரம் வளர்கிறதென்றால்
மறுப்பதில்லை

கொன்றையின் பெருவேர்
வராகங்களால் இயலா ஆழ்தொலைவு கடக்க
இசைத் தூண்களில் பரவி ஒளியும் சல்லிவேர்கள்
ஞானாரண்யத்தின் இடவலமாய் இழைகிறது

புறவிழிக் கவனமற்ற மெது ரகசியத்தில்
விளக்கேற்றும் சிறப்பப் பெண்ணின் முலை தடவியகல்பவன்

ஆதிக் கொன்றையின் இலைகளில் சலசலக்கிறான்
முலைக்காம்பை உடைப்பதற்கு
ஏனோ அவன் வெறியுறுகிறான்

தன்குறி வளர்த்திப் பிடித்துத் தான் சுவைக்கும்
புடைப்புச் சிற்பமொன்று
கைத் தொட்டு கண் தொட்டுப் பளபளக்க
ஆதிக் கொன்றையின் தண்ணிய நிழல்
சிற்பத்தில் கவிந்திருந்தது.

O

ராஜன் ஆத்தியப்பன்

எட்டினைப் போல் இடையிளைத்தவள்
நிலவுகளசையும் விழி கொண்டவள்
சீதள மாருதம் சொற்களில் விசுறுமவள்
பதினெட்டாம் நூற்றாண்டில் எனது காதலியாயிருந்தாள்

மாமரத்தில் பூத்திருக்கும்
ஒட்டுண்ணிகளின் அழகிய சிவப்பு மலர்களில்
காதலைப் பூத்தொடுக்கும்
நவீன தளத்தில் அவளைத்
தரையிறக்க நான் கொண்ட அலாதி பிரியத்தை
அவளின் ஆதி மறுதலித்தது

ஆதிக்குச் சிறகுகளிருந்தது

நான் எந்தெந்த நூற்றாண்டிற்கிடையில்
காதலை நகர்த்துவதென்றறியாது
சல்லியுடைக்கும் யந்திரத்தில்
மொழியைப் பிரித்தபடியிருந்தேன்

இனியவளைச் காதலின் பேரில்
வர்ணிக்க முடியாது
ஊடகக் காற்றில் ஆடைவிலக
நிர்வாணமாய் மல்லார்ந்திருக்கிறாள்

இப்போது திருமண நிகழ்வொன்றை
சந்தித்து மீள்கிறேன்
சாயா தேவி
கிரகண சூரியனுடன்
கல்யாணம் செய்துகொள்கிறாள்.

○

நள்ளிரவு பேருந்து நிலையத்தை
மஞ்சள் கோளமாக்கிப் புரட்டி விளையாடும்
தெருநாய் கூட்டத்தில்

அகாலத்தில் வால் நிமிர்ந்து
முதுகில் சுழித்திருக்க
செவி விடைத்து நடக்கிறது
செவலைநிறக் கவிதையொன்று.

தொடைகளில் பரவி வீசும்
திமிரின் ஒளியை
விழிகள் கூச பலநாட்கள் பார்க்கிறேன்.

ஒரு வளர்ப்புப் பிராணியாவதற்கான
எந்தத் தடயத்தையும் அதன் கட்டியுறுமல்
வெளிப்படுத்துவதில்லை.

திருகி விரையும் வாகன ஒலிப்பான்களில்
குரலிழந்து
வாலைப் பின்புறம் பொத்தி
அம்மணம் மறைக்கும் பெரும்பாட்டில்
பகல் நகரின் உட்தெருக்களில்
உணவகப் புறக்கடைகளில்
பம்மிக் குறுகும்
அதே நிறத்துக் கவிதையொன்றையும் பார்க்கிறேன்.

பைரவனே!
இரண்டும்
ஒன்றாக இருக்கக் கூடாது
இல்லையேல்
ஒன்று கனவாகக் கடவது.

O

ராஜன் ஆத்தியப்பன்

நாம் நண்பர்கள்தான்
நமது நட்பை
எனது வீட்டுச் சுவற்றில் அழகிய வர்ணமாய் பூச முயன்று
         பலநூறுமுறை தோற்கிறாள் உடையவள்

உனது வீட்டின்மீது நான் தெளிக்கும்
குளிர் நிறங்கள்
கோடைகாலங்களில் நடந்துகொண்டிருக்கிறது

நீயோ நிறக்குருடு
உனது கையறியாது தட்டிக் கவிழ்க்கும்
வர்ணக் குழம்பு
நாமிருவரும் சேர்ந்திசைந்த
ஓவியத்தின்மேல் குறுக்கே
சிந்தியொழுகுகிறது

பிறிதொரு மந்தமான எனது பிறந்தநாள்
நெடுஞ்சாலை விளிம்பினில்
தெய்வமொன்றின் வடிவில்
வரையப்பட்டிருந்தது

நீ எறிந்த ஒரு நாணயம்
நெஞ்சின் வண்ணப் பொடி சிதறிச் சுழன்றுருண்டு
வயிற்றில் நிலை கொண்டது

எல்லா நிறமும் தோய்ந்த
நாணயத்தைப் பொறுக்கிச் சேர்ப்பவனின் அந்தி
நமது கற்பனைக்காக
சில உபரி நட்சத்திரங்களை வானில் நடுகிறது.

௦

தொலையா வட்டம்

எனது வீட்டிற்குத் திரும்பும் வளைவில்
நாதன் ஸ்டுடுடியோ இருந்தது.

குட்டியாயிருக்கையில்
தங்கச்சி அப்படித்தான் சொல்லுவாள்

குப்புறப் படுத்து தலைநிமிர்த்தி வாய்காட்டும்
என்னையும் தங்கச்சியையும்
இப்போது பார்க்கையிலும்
பால் பேதமில்லை

ஒரே மாதிரி

நாதன் ஸ்டுடியோவின் முகப்பில்
நடிகைகளின் முகங்கள்
ஆறு மாதத்திற்கொரு தடவையும்
நடிகர்கள் மாறுவது
ஆறு வருடத்திற்கொன்றாகவுமிருந்ததது

சதை குழிந்து மேல் குமிழ்த்த ஆணின்
படத்தைப் பிரயாசையுற்ற நானும்
இடை மெலிந்து முன் பருத்த பெண்ணை
புகைப்படத்திலிருந்து தெருவிலிறக்கும்
சகோதரியும்
நாதன் ஸ்டுடியோவின் ஆஸ்தான நடிகர்களாகி
விட்டோம்

வானவில்லின் கடைசி நுனியில்
புகைப்படமெடுக்கும் அறையிருந்தது

கடலை வானத்தில் நிழலாக்குவதாய்
சில வித்தைகள்

ஒரு
ராகு காலத்தில்
பின்புறச் சுவர் மழையில் விழுந்த நாள்

செயலிழந்தது நாதன் ஸ்டுடியோ
தங்கச்சிக்கு அன்று நிச்சயதார்த்தம்

பழைய புகைப்படங்களைத் திரட்டிக்கொண்டு
வெளியேறிய எனது மீசை அடர்ந்திருந்தது

ஒருபுறம் சரிந்திருந்த பெயர் பலகை
நாதன் ஸ்டுடுடியோ.

❍

கட்டிட அடுக்கின் உச்ச தளத்திற்குச் சென்று
அழைப்பொலியை அழுத்தினேன்
எழுத்துகள் கோர்த்த மாலையணிந்திருந்த பெண்
உள்ளேயென விழிச்சாடை காட்டி
குண்டும் குழியுமான சாலையில் செல்லும்
ஆட்டோவைப் போல் நடந்தகன்றாள்
பொத்தான்களில் எழுதியபடியிருந்தவர்
கீற்றுப் புன்னகையில் இருக்கை காட்டினார்

கிரானைட் தளத்தில் அழுக்குச் சாக்கொன்றை
மீண்டும் மீண்டும் திறந்து பார்த்தபடியவர்
எழுதிக்கொண்டிருந்தார்

பார்க்கலாமா என்றேன்
அனுமதித்தார்
அதனுள்
விதவிதமான பூக்களின் இதழ்கள்
பறவைகளின் இறகுகள்
ஒன்றிரண்டு நட்சத்திரங்கள்
வரைபடங்கள்
கசங்கிய கால்வாசி வானவில்
ஊதாத நாலைந்து பலூன்கள்
குழந்தையின் நிப்பிள்
குளிர்மையாய் ஒரு அரை நிலா
சூரியத் துண்டொன்று

எழுதி முடித்த பின்
எங்கிருந்து வருகிறீர்களென்றார்

நிலவறையிலிருந்து வந்திருக்கிறேனென்றேன்.

o

ராஜன் ஆத்தியப்பன்

வரலாற்றுப் பாடம்
போரஸ் என்ற புருஷோத்தமனின் வாளை வாங்கி
சுழற்றிக்கொண்டிருந்தார் ஆசிரியர்

சற்று நேரத்தில் இறந்தகாலத்துள் இறங்கி
ஔரங்கசீப்பின் வரிவிதிப்பிற்கான

கண்டன ஆர்ப்பாட்டத்தில் ஈடுபடத் தொடங்கினார்

வழி தவறிய சிறுயின வௌவாலொன்று
வகுப்பறைக்குள் நுழைந்து வெளியேற அறியாது
சுவர்களில் மோதி மோதிப் பறந்தது

சிறிய சலசலப்பு

மேசையில் கைவிரித்துக் குப்புற கவிழ்ந்திருக்கும்
புத்தகத்தின் உள்ளிருந்து வந்திருக்குமென
குறும்புக்காரனொருவன் சிரிப்பு மூட்டினான்

மணியடித்தது
வௌவாலும் வாசலறிந்து வெளியேறியது

இது எங்கு போகும் ஐயா?

உபயோகமில்லாத ஏதேனும் பாழ் மண்டபத்தில்
தலைகீழாய் போய்த் தொங்கும்

ஆசிரியர் கடந்ததும்
வரலாறை மூடிவிட்டு
வௌவாலைப் புனையத் தொடங்கினர் மாணவர்கள்.

❍

ஓட்டை ஓட்டை ஓட்டைகள்
எல்லாமே ஓட்டைகள்
சமூகம் அரசியல் விஞ்ஞானம் மெய்ஞானம்
உறவு நட்பு கலைகள் எல்லாமே ஓட்டைகள்
என்ன செய்யலாம்
இருளைக் கையிலள்ளி ஒவ்வொரு ஓட்டையாய்
அடைத்தேன்
தூரத்தில் நீங்கித் திரும்பினால்
ஒவ்வொன்றும் வெளிச்சமாய் இளித்தது
பிறகு
பிறகென்ன புரட்சிக் கவிதையெழுத உட்கார்ந்தேன்.

o

இசையின் மடிமீது தலைவைத்துப் படுக்கும்
சவலைக் குழந்தை
ஊருக்குள் உலவுவதையடுத்து
வாத்திய வல்லுனர்கள்
அங்கு கூடத் தொடங்கினர்
அவர்களினூடே மழையும் சேர்ந்து வந்திருந்தது

சவலைக் குழந்தை தனது
இருபத்தேழாம் வயதில் பிறந்தவனென்பதால்
இருபத்து மூன்றில் பிறந்த சவலைப் பெண்
அவன் மனைவியாகிவிட்டாள்

சவலைக் குழந்தை சிரிக்கச் சிரிக்க
சவலைப் பெண் பலங்கூட்டி குலவையிடுகிறாள்
குலவையொலி
இசையைக் கோட்டோவியமாய் வரைகிறது

காவிரி பூம்பட்டினத்தின் சதங்கையிசையை
நெஞ்சில் சொறியும் சவலைக் குழந்தை
தான் சவலையில்லையென்பதைத்
தனது கனவின் வாகன ஆடியில் பெருக்கித் தடிமனாக்குகிறது

அவர்கள் வந்து சேர்ந்தபோது
மின்கருவிகள் இசை நெய்யும் பெருந்தூளியில்
கண் சிவந்திருந்தது சவலைக் குழந்தை

உடன் வந்த மழையைச்
சமையலறைக்கு இழுத்துவந்து
பாத்திரங்களில் ஒலிக்கவிட்டாள்
சவலைப் பெண்

வாத்திய வல்லுனர்கள் சென்றுவிட்டதை
மறுநாளறிந்த சவலைக் குழந்தை
இசையைக் குறித்து
சிறுகுறிப்பொன்றை பெரிதாக எழுதத் தொடங்கியிருக்கிறது.

❍

நாட்டுச் சாராயம் மிகையுற்று எதையோ கைப்பற்றி
கால்களற்று எழுந்து திரும்பிய வழியில்
ஒரு கவிஞனின் முன்புறத்தில் மோதி விழுந்தேன்

இன்று மாலையில்
அந்த நினைவில் மதுவருந்திய
மேஜையின் எதிரில்
கவியென அறிமுகப்படுத்தியபடி ஒருவர் நின்றார்
எனது போதை நிதானத்திலிருந்ததால்
அவரை எனக்குப் பிடிக்கவில்லை
பாவி
குப்பிகளில் ஒட்டும் ஸ்டிக்கரால்
சட்டையணிந்திருந்தான்

தன்னை இன்னொருமுறை கவிஞனென்றால்
அவனைக் கொல்வதற்கு
எனக்கு அனுமதி கிடைத்துவிடும்
இல்லையென்றால்
அவனோடு
ஒயினில் பீரருந்தி இரவை எளிமையாக்கலாம்

தயை கூர்ந்து
நானும் அவனும் கவிஞனல்லவென்று
மது வியாபாரியே நீ சொல்.

○

இரவின் மணத்தோடு முற்றத்தில் நின்றிருந்தது
ஆந்தைக் குஞ்சு

காலையில் புலர்ந்த நான்
முந்தைய இரவின் கனவை
முழுமையுறா ஆந்தையின் சிறகினில் கோர்க்கிறேன்

ஆந்தையின் விழிகளில்
இப்போது
நான் மிரட்சியுறுகிறேன்

பறவை வடிவிலான இரவை
எப்போதும் கேட்டதில்லை
மேலும்
இரவுப் பறவைகள் மீது
எரி நட்சத்திரங்கள் விழுவதையும்
நான் சகித்ததில்லை

நான்
தாரகை மினுங்கும்
வானத்தை மோகிப்பவன்
மேகங்களை நிலாவில் தொடுத்து
பெருவெளியொன்றை நனவிலியில் காண்பவன்

ஆந்தைக் குஞ்சை அகற்ற வேண்டும்
நாகரீக பரிணாமத்தை நானடைவதற்கு
ஆனால்
ஆயிரம் ஆந்தைகளாய்
இரவுகள் எனக்குள் புழங்குகின்றன

ஒரேயொரு இரவு
என்னைப்
பகலிற்குள் நிறைக்குமானால்
நானும்
ஆந்தையை
இரவுக்குள் அனுப்பி விடுவேன்.

O

தொலையா வட்டம்

புகைப்பவனை நீ பார்த்திருக்கிறாயா என்றால்
முறைக்காதே தோழி
நானவனை எனது புகைப்படத் தொகுப்பினுள் தான்
கண்டிருக்கிறேன்

வா பார்ப்போம்

நாலைந்து பொடி மீசைகளுடன்
முகம் சிரிப்பில் மினுங்க
முதல் பக்கத்தில்
ஆகாயத்தைக் குறிவைத்து அவன் ஊதும்
பீடிப்புகை ஒரு பழம்பாடலின் சுவையை
உனக்குள் கிளர்த்துகிறதா இல்லையா

பார்
கீழுதடு உள்வளைத்து
தரையில் சீற்றும் நிறம்வெளிறிய
அடிமுடியற்ற சிகரெட் புகையில்
அவனொரு காதலைப் பிரதியெடுக்கிறான்

அநேக பக்கங்கள்
புகை மண்டியிருப்பதால்
பகுதி வீண்

இதோ இதோ
உதடு குவித்து வெளியைப் புகையில் முத்தமிடும்
அவனது ஒளிரும் கன்ன மேடுகள்
தனது தருணத்தை சுபமுகூர்த்தமொன்றில்
பிணைத்திருப்பதைக் காண்

இந்தப் பக்கத்தில் இடது கடைவாயிலொழுகும்
ஆவியைப் போலிருக்கும் புகைத்திரளில்
துக்கத்திலிருக்கிறான் அவன்

ராஜன் ஆத்தியப்பன்

நாசியிலிருந்தும் உதட்டுப் பிரிவிலிருந்தும்
முகத்தைச் சாம்பற் புகையில் மல்க வைக்குமிந்த
பக்கத்தில்
அவனது விரல்களிலிருந்து சுண்டிய
கட்டை சிகரெட்
அந்தரத்தில் ஏதோ கிறுக்கிவிட்டு
நிலைகுலைந்து தரைக்குச் செல்கிறது

நாலைந்து பக்கங்களில்
சிகரெட்
விரல்களுக்கு வெளியிலும்
விரல் குனிவினில்
சிறிய நொய்மையினையும்
புகைத்துக்கொண்டிருப்பதை
நீ கவனிக்க வேண்டுமென் தேவதையே.

O

அவனாக ஒத்துக்கொண்டான்
திருடனென

வகுப்பறையில் எழுதிமுடித்த
தேர்வெழுதிய தாளை
ஒன்றிரண்டுமுறை கடத்திக்கொண்டபோது கூட
எனக்கவன் கள்வனானதில்லை

இப்போது
சிறிது நாட்களாய் திருடனாயிருக்கிறான்
அதை அவனே சொல்கிறான்

விவிலிய வசனத்தை அவன் வாசிக்கக் கேட்டால்
மொழி திடமாகியிருந்தது

பாவமன்னிப்பின் முதல் நுனியிலும்
கடைசி நுனியிலும்
தனது குற்றத்தைக்
கட்டித் தொட்டிலாட்டுகிறான்

கேட்டுணர்ந்த
அவனது ஒன்றிரண்டு பிறவியில்
முதலில் கூரையைப் பிரித்துச் சோறு திருடியுண்ணும்
இழி பயலாயிருந்திருக்கிறான்
பின்பு
புதையலெடுத்துச் செல்பவனை
மாரிலடித்துக் கொன்று கவரும்
துர்வாதையாயிருந்திருக்கிறான்

சில திரைப்படச் சுவரொட்டிகளில்
தனது இறுதிக்களவைச் செய்திருக்கிறான்
அதாவது
இறுதியென்றறியாதது அது

ராஜன் ஆத்தியப்பன்

அதன் பிறகு
தனது அலைபேசிக்குள்
பிம்பங்கள் போகிக்கும் திருடனாய் நுழைகிறானாம்

கதையை விடு
இப்போது என்ன செய்கிறாயென்றால்
பெண்களின் உள்ளாடைகள் திருடுபவனாயிருக்கிறேன்
என்கிறான்.

O

அர்த்தஜாமம் கதகதவென சூடுபற்றி வனத்திலெரிய
நிச்சயமற்ற வளையின்
கடைசித் திரிவினுள் பம்மியிருக்கிறது முயல்

உடல் மீதெரியும் படர்ந்த இருளை
மூன்று கரங்களால்
ஊதி அணைத்தபடி
தீக்கங்குகளைக் கனவில் தட்டிவிடும் மின்விசிறி
நிலைமட்ட காங்கிரீட் தாங்கியில்
பழம்புத்தக அடுக்குகளின்பொடியை
உறக்கப்பாயில் உதிர்த்துப் பரத்தும்

ஆளற்ற மைதானத்தில் இறைந்திருக்கும்
சிறுவர்கள் விட்டுச்சென்ற
வேறுவேறு விளையாடலை
அப்பியாசிக்கும் கரிந்த இருள்
செவிவிடைக்கும் காட்டுப் பூனைமுன்
சிற்றெலியாய்
கன்னி விளக்கின் திரி கறம்பி நடுங்கும்

பகலின் கதைகளை
வேற்று லோகத்தில் விளம்பும் பூமி
முற்றத்திற்கு வெளியே
கரிய வண்ணத்தில் சுழல்கிறது.

O

ராஜன் ஆத்தியப்பன்

அலைபேசியை அடகுவைத்துக் குடித்தவன்
பொருட்கள் தீர்ந்த தனது அறையின் மூலைகளில்
பேய்கள் நடமாடுவதாய் சந்தேகிக்கிறான்

எண்களிலிருந்து வெளியேறிவிட்டதால்
இனியவன்
பேய்களோடுதான் பேச முடியும்

இன்று மதியத்திலிருந்து
அவனது மேவாய் பற்கள் புறம் நீளத்தொடங்கியது
நாவில் கருமையேறுகிறது

இரண்டு பேய்களினிடையே
அவனது நவீனகடவுள் சூட்சுமமாய் விளையாடுவதை
அவன் புலனுணர்கிறான்

வெற்றிடத்திலிருந்து நெற்றியில் வலிக்கும்
தீர்ந்த போதையில்
பாயினடியிலிருந்த பெருநகரொன்றை
சுருட்டி உதைக்கிறான்

தொடர்புக்கு வெளியே நெளியுமவனின்
அறைக்குள்
மண்டை கூசவைக்கும்
பின்மதிய வெய்யில்
பேய்களை உலர்த்தியபடி
பூரியில் வெறும்வெளியை அழுத்துகிறது

ஒரு முத்தத்திற்குக் கிடைத்த
முப்பது வெள்ளிக்காசை
தனது எல்லையில் வீசிச்செல்லாதவனின் மீது
அவனது வெறுப்பு குவியத்தொடங்கியபோது
கடவுளை
இருண்ட பேயுடலொன்றில் முடிந்துவிட்டு
அறைக்கு வெளியே
மலர்கள் நிரம்பிய அந்தி மாலையைக் கண்காணிக்கலானான்.

❍

பெருங்குளம்

சலனமற்றிருக்கிறது
நண்பகலின் குளம்
குனிந்த என் முகம்
நீரில் துலங்க
நெடுநேரங்கழித்து
காறித் துப்புகிறேன்
முகம் அகலப்பிரிகிறது
ஒரு கொத்து மீன் கூட்டம் மேலேறி
துண்டு சளி கொத்திக் குதறி
நினைவுகளில் தாழ்ந்து அமிழ்ந்தது.

o

ராஜன் ஆத்தியப்பன்

ஒண்ணு
பதினொண்ணு
அம்பத்தொண்ணு
நூத்தியொண்ணு
ஆயிரத்தொண்ணு
இது மாதிரி ஏதாவது ஒரு ஒண்ணு

இலவசமாய்
ஆன்ம பக்தியாய்
நன்கொடையாய் ஒரு ஒன்று
தலைமையேற்றுச் செல்கிறது

நம்மளவில்
இந்த ஒன்று மதிப்பற்றது
சடங்குப் பூர்த்தியாக்குவதற்கானது.
மதிப்பிற்குரிய பூஜ்யம்.

ஒன்றைத் தானே இழந்திருக்கிறாயென
நீங்கள் கேட்கும் ஒருவர்
இனி
சூரியனின் தேர்க்கால்களில் தான்
நடமாட முடியும்
அப்படியே
சந்திரன் ஏன்
புரவிகளின் கால்களைப் புறக்கணிக்கிறான் என்பதையும்
புரிய முயன்று பித்தாகலாம்.

இந்த ஒன்று
எத்தனை அழுத்தமாக
நெற்றியில் சூட்டப்பட்டிருக்கிறது.

பெரும்பாலும்
ஒன்றில் தான் எண்கள் தங்களை
இழக்கின்றன.

ஒன்றுபோலில்லை ஒன்று.

அத்தனைபேர் சென்ற இடத்தில்
ஒன்று குறைந்து வீடடைபவர்கள்
வெற்றிலை நரம்புகளிடையே
ஒற்றை நாணயத்தை
குலதெய்வத்தின் முன்னில் பொதிகிறார்கள்.

O

இப்போது நாம் அகழ்ந்தெடுத்திருப்பது
மூவாயிரம் வருடத்திற்கு முந்தய மண்பானை.

: எங்ஙனம் அறிந்தீர்கள் ஐயா ?

இதன் செவ்விளிம்பில் சூடுறைந்த சூரியன்
மேலை வானை மேகவில்லாக்கி
நிறங்கள் புனைவது கண்டீர்கள்.

: புரியவில்லை.

நீங்கள் மழையை உத்தேசிக்கையில்
ஈரஞ் சொட்டும் சிறு பார்வைகளில்
மலை மழை ஈர்ந்தொழிகின்றது.

: சரி இந்தப் பானை எதற்கானது ?

நெல் சேகரிக்கலாம்
புளி சேகரிக்கலாம்
உப்பு சேகரிக்கலாம்.

: பானை எதற்கானது என்றீர்கள் ?

பூர்வ குடிகளின் பின் கொண்டைச்
சிறு குடுமிகளுக்குமானது.

: பானை உடைப்பவன் பாக்கியசாலி.

பானையில் நாம் படம் பார்க்கலாம்
உங்கள் அறிவு பானையின் பின்முதுகு
வளையுமிடத்தில்
அனிச்சையாய் ஏறட்டும்.

: இது நமது சொந்தமா ?
யவனர்கள் புதைத்ததா ?

இந்தப் பானையில் வரைபடங்களிருக்கின்றன
இந்திர விழாவில் அவிழ்ந்து கலைந்த

மலர்களைக் காணுங்கள்
ஆதியின் வாசனை.
ஓ! இது
பானைத் தூரில் அணுமின் நிலையம்?
நானறியாதது

:ஒரு பெரு நகரினில் ஒரு துளியறிவினில்
நாம் சுமந்து செல்வது மூவாயிரம் வருடத்தின்
மண்பானையன்று.
நேற்றைக்கு முந்தய நாளில் விஷமிகள்
இதைப் புதைத்திருக்கலாம்.

இன்றை
பழங்காலத்தில் அமிழ்த்தாதீர்கள்
இந்தப் பானையில் பாருங்கள்
ஒரு புறம் தொல்காப்பியனின் தாடி
தாடியின் தும்பில் அசையும் கூட்டுறவு வங்கிகள்

:சந்தேகம் தான்
இந்தப் பானை மூவாயிரத்தில்
ஒவ்வொரு நாளும்
வெளிவந்து புதைவதாகவும் இருக்கலாம்.

அது கனவுகளுக்குரியது
பானையின் வடிவு குறித்த புலன்கள்
உங்களிடம் மாறுபடுவதுகூட ஒவ்வாதது
தயவு செய்து
இது மூவாயிரம் வருடத்திற்கு முந்தய
பானை என்பதையேனும் நம்புங்கள்.

O

ராஜன் ஆத்தியப்பன்

உரையாடலின் முடிவில் பீறிடும் நீரூற்று எனதறைக்குள்
பெருகுவதை எங்கிருந்தோ நான் பார்க்கிறேன்
சொல்லில் நிகழும்
ஒரு சிறு இலக்கணச் சலனம்
இசைப்பதிவினூடே வழுவும் சின்ன கரகரப்பு
அளிக்கையில் விரலில் நழுவியுதிரும் மணமலர்
அச்சமாய் பெருகும் துளிப்பொன்
இவையெலாம் நானானதும் உடனது நீராவதும்
அறைச் சுவரில் அலைமோதத் ததும்பும்

மூன்று கவிதை அவன் கொணர்ந்தது
முதலாவது பலாப்பழம்
கடைசியில் தந்தது கள்நிறைந்த கலம்
இரண்டாவதை அலகிலெடுத்து
தெறிக்கவிடுகிறது வெடக்கோழி
முன்பஞ்சு பாதங்களால் தட்டியுருட்டி
தள்ளிநின்று விளையாடும்
பூனைக்கது சிறுபரல்
ஒருவேளை அக்காலத்திற்கான அதன் ஒருசொல்

தொலைதூரத்திலிருக்கும் எனதறைக்குள்
சொற்களின் கலங்கிய வெள்ளம்
முதுகுச் சட்டை ஈரத்தில் கசகசக்க
வேற்று மொழியில்
எனது மதிய உணவை எங்கோ
கேட்டுக்கொண்டிருக்கிறேன்.

O

தொலையா வட்டம்

சிலுவைப் பாடுகள்

உயிர்த்தெழுந்த பிற்பாடுதான்
நாங்கள் அநேக சிலுவைகளைச் செய்யத்தொடங்கினோம்.

உலோகச் சிலுவைகள்
என்றாலும் உள்ளீடற்றவை
தகரத்தில்
அலுமினியத்தில் எடை குறைத்து
மீட்பனை மீட்டோம்.

கண்ணாடியில்
மெழுகில்
சிலுவை வார்த்து
அவற்றைக் கொண்டே ஆணிகளையும் செய்தோம்

அட்டைச் சிலுவைகளைக் கிடைமட்டமாகத்
தோளிலிட விரும்பினோம்
அதன் பூஜ்யத்தினருகிலிருக்கும் நிறையை
தேவகுமாரனுக்குப் பரிசளிப்பதில்
மகிழ்ந்து களிகூர்ந்தோம்
மேலுமந்த சிலுவையின் நுனிச்சுண்டுகள்
நாற்திசையையும் சுட்டுவதைச் சொல்லிச் சொல்லி
ஆடிக்களித்தோம்

தென்னையின் குருத்தோலையில்
சிலுவை பின்னும் எங்கள் வித்தை
இரட்சகருக்கு வியப்பளிப்பது
என்றும் உலராத
திராட்சையின் துளிகளை
வீதியெங்கும் அவ்வியப்பிலிருந்துதான் விநியோகித்தோம்.

ராஜன் ஆத்தியப்பன்

நெற்றியிலிருந்து நெஞ்சுக்கு நீட்டி
இடவலமாய் காற்றில் வரைந்த
சிலுவைகளைக் கட்டுக் கட்டாய்
அநாயசமாகச் சுமந்து செல்கிறார் பரமபிதா
தேவாலயச் சுவர்களில்
கறைவட்டமாய் பதிந்திருக்கின்றன
வெள்ளிக்காசுகள்.

எந்தச் சிலுவையிலிருந்தும்
இரண்டாவது முறை
உயிர்த்தெழுதல் நடைபெறவில்லை.

O

என்னை மன்னியுங்கள்

மிகச்சிறந்தவர்தான் நீங்கள்
ஆனால்
வரலாற்றில் எங்கோ முன்னரே உங்களைச் சந்தித்திருக்கிறேன்.

முடிவற்ற பாதையொன்று
என்னையிழுத்து விரைகிறது
வாளில் நழுவும் கதலிப் பழம்போல்.
எனது கனவுகள்
இதுபோன்ற
விரைவுப் பயணங்களை
ஏற்கெனவே அறிந்திருக்கிறதுதான்

நாளையில்
முன்னரே வாழ்ந்திருப்பதைக்
கடிகாரமுகத்தின் முன்னே
முறையிடுவதுகூட
பிறவிக்கு முன்பே
தொடங்கிய செயலாயிருக்கலாம்

எவ்வளவு அழகிய கவிதை
இன்று நீங்கள் எழுதியிருப்பது
ஆனால்
என்ன செய்வது
வெகுகாலத்திற்கு முன்பே
இதை நான் படித்திருக்கிறேன்.

O

ராஜன் ஆத்தியப்பன்

எதைஎதையோ பேசிக்கொண்டு
பொம்மைக் காரை உருட்டி விளையாடுகிறான் சிறுவன்
அறைக்குள் நுழைந்த மஞ்சள்நிற பட்டாம் பூச்சி
சுவர்களில் தட்டி அலைவடிவில் பறக்கிறது

புன்னகைத்தபடியிருக்கும் அம்மாவின்
புகைப்படச் சட்டத்தில் அமர்ந்தது
பட்டாம்பூச்சி வியந்த சிறுவன்
அம்மாவின் விழிகள் தன்னையே பார்ப்பதைக்
கண்டு இன்னும் வியந்தான்
அறை மூலையில் முட்டிநின்ற பொம்மைக்காரை
எடுக்கையில் தற்செயலாய் ஏறிட்டான்
அம்மாவின் கனிந்த விழிகள் இம்முறையும்
அறையின் எந்த இடத்தில் நின்றாலும்அம்மா தன்னைக்
காண்பதை அதிசயித்த சிறுவன்
வாயிலுக்கு வெளியே சென்று முகம் சரித்து நோக்க
அப்போதும் அம்மா பார்க்கிறாள்
ஆர்வமுந்த சமையலறை வந்தான்
பாத்திரத்தில் எதையோ கிளறுபவளின்
பின்புறம் தொட்டுத் திருப்பி விழிகள் பார்த்தான்
முத்தமொன்றை அழுந்தக்கொடுத்தாள்
முன்னறைக்கு ஓடியவன் தன்முகம் தொடரும்
அம்மாவின் விழிகளை மீண்டும் கூர்ந்தான்
அந்தப் பட்டாம் பூச்சி அப்போது
அவன் உடுத்தியிருந்த ஆடையின் நிறத்திற்கு
மாறியிருந்தது.

❍

நாலைந்து வழிபாட்டுப் புத்தகங்களைச்
சூழ வைத்துக்கொண்டு எழுத உட்கார்ந்தேன்
மணி நகர்ந்தது
ஒரு மண்ணும் தேறவில்லை

களைத்துத் தெவங்கியபின்
தேநீரெடுக்கச் சொல்லி
பின் வாசல் படியிலமர்ந்தேன்

நேற்று
புத்திலைத் துளிர்த்து பொலிந்திருந்த மாங்கன்று
தலைகறுத்து இலை தாழ்த்தியிருந்தது

அதிர்வின் கோடுகளை நெற்றியிலெழுதி
என்னவாயிற்றென விசாரித்தேன்

கடைக்குட்டி வந்தான்
'அக்காதான் செடிய புடுங்குனாப்பா நேத்து'

மூத்த சிறுமியை முறைத்தேன்

ஏம் புடுங்குன ?

மேல எல வளர்ற மாதிரி
கீழ வேர் வளந்துருக்கான்னு பாத்தம்பா
வேற ஒண்ணுஞ் செய்யல.

O

ராஜன் ஆத்தியப்பன்

முகத்திற்கு முன் நிலைக்கண்ணாடி தொங்க
நடந்து செல்கின்றனர் இளம்பெண்கள்

வெண்திரையிலிருந்து கத்தரித்த கைக்குட்டையால்
முகம் துடைப்பவன்
உபகிரகங்களை ஒளியூட்டி
சாலையில் தரையிறக்குகிறான்

ஒரே மேலாடையை
நாள் முழுதும் உடுத்திக்கொண்டிருப்பவள்
தனது கடந்த காலத்தை
நறுமணத் துகளாக முகத்தில் அப்பிச்செல்கிறாள்

இந்த நகருக்கு என்ன வேண்டுமென்பவன்
வேகத்தடையில் தளும்பும் குளிர்பதன வாகனத்தின்
பின்னோக்கும் கண்ணாடியில்
முகத்தைச் சந்தேகமுறுகிறான்

குடல்களில் சளியும் சாக்கடைப் பெருக்கில்
நகரத்துச் சாலைகள் மதுவருந்துவதை
எத்தனை சொன்னாலும் புரியாது
நினைவுச் சின்னங்களுக்கு.

ஓர் ஆணையும்
ஒரு பெண்ணையும் வைத்து
நகரைப் பதம் பார்க்கிறது
சந்தையின் நாவுகள்.

அனைவரையும் பாவியாக்கியபின்
குற்றம் சூடாறிவிட்டது

தொன்மத்தை
ஆள்காட்டி விரல் வடிவில்
பற்றி நடக்கும் குழந்தைகளின் பிஞ்சுக்கைகள்
நகரை
ராட்சத ராட்டினத்தில் அமர்த்தி
வெறும் வெளியில் சுழற்றுகின்றன.

❍

அபிராமியின் அம்மாவுக்கு

நான்காம் யாமத்துக் கனவுகளில்
பழகிய
சுய வடிவுடன் திரளும் சாமிகள்
உன்மத்த மொழியருளிச் செல்கின்றனர்

அபிராமி நிலாவில் வெளுத்திருப்பவள்
அவள் அம்மாவோ
தாமரையில் மலர்வதெப்படியென்ற
உளச்சிக்கல்காரி

அங்கங்கே
வேப்பிலை மாலை
வளர்ந்த நாட்களில்
அபிராமி வீட்டில் அது அதிவேகமாயிருந்தது

நாடெங்கும் பாலருந்திய பிள்ளையார்
அபிராமியின் வீட்டில் மட்டும்
சுமார் மூன்றரை லிட்டர் குடிக்கவைக்கப்பட்டார்

பின்னிரவில்
அபிராமி வீட்டிலிருந்து இருளுக்குள் விரையும் எலுமிச்சை
ஏதேனுமொரு சாத்தானின் தலையை உடைத்தது.

புதிய மந்திரவாதிகளிடம்
புதிய புதிய பேய்களுடன் அறிமுகமாகிறாள்
அபிராமியின் அம்மா

சகுனக் கௌளிகளால்
அபிராமி வீட்டு வரவேற்பறை
எந்நேரமும் ஒலிக்கிறது

ராஜன் ஆத்தியப்பன்

ஊர்க்கோயில் திருவிளக்கு வழிபாட்டில்
பிசிறடிக்கும் குரலில் பாடல்களை நெகிழ்த்தும்
அபிராமியின் அம்மா
வீடு திரும்பும்போது சிறிய அதிசயங்களைப் புனைகிறாள்

அபிராமியின் அம்மா மேலும் மேலும் சிவக்கிறாள்
அபிராமியோ மேலும் மேலும் வெளுக்கிறாள்

ஒரு சிலையைப் பேச வைத்துவிடலாமென்ற
உள்மன மடிப்பில் நாருரித்து
மலர் தொடுக்கிறாள் அபிராமியின் அம்மா.

அமாவாசை மைவெளியில்
தனது கவரிங் கம்மலையெறிந்து
நிலவு செய்கிறாள் அபிராமி.

O

வலது கையை இடதாக்கி
முன்புறக் கண்ணாடியில் முடிதிருத்துபவன்
கடைவாயிலில் காலம் அழைப்பதைக் கேட்டு
என்னவோ பதில் சொல்லியபடி
முன்பருவப் பாடலொன்றை இசைக்கவிட்டான்

இருக்கையில் சிந்திய மயிர்க்கொத்தினைப்
பார்க்கக் கூடாது
காலத்தின் வரிவடிவமது
முகம் தாழ்த்த விளிக்கிறது

எனது ஆறாவது பின்னந்தலையில்
ஒலிக்கும் கத்திரியை
முதல் தலையில் முகங்கருக்க
வெறிக்கிறேன்

நீள்வரிசையில்
எனது தலைகளை முன்பின்னாக
கண்ணாடியில் அடுக்கிக்கொண்டிருக்கும்
பிரம்மையைத் தட்டியுணர்த்துகிறான்

சவரக்கடைக்கு வெளியே
குழந்தை வடிவில் வெளியேறிச் சென்றபின்
கருவெள்ளை நிறத்தில்
தரையில் சேர்ந்திருந்த என்னை
அள்ளிச்சேர்த்து
வலதும் இடதுமற்று
கண்ணாடியின் கடைசி மூலையில் கொட்டுகிறான்.

O

ராஜன் ஆத்தியப்பன்

பாசிப் பற்றியேறும்
சுமைதாங்கிக் கல்மேல்
இன்றொரு செம்பருத்தி விழுந்து பூத்திருந்தது

முதுவைகறை சொரிந்திருந்த சிறுசாரலில்
நனைந்து நீர் துளிர்த்து விளிம்புகள் குனித்துக் கவிழ்ந்திருக்க
அது முன்னோடும் தேசிய நெடுஞ்சாலையை
மழைத்துளிகளில் பார்க்கின்றது

அதன் முன் நீண்டிருந்த
ஒற்றையடிப்பாதை
தார்ச்சாலையோரம் நடப்பவர்களின்
கால்களில் சிக்குண்டிருக்க
பக்கவாட்டில் விரையும் வாகனங்களை
பெருவழிச் சாலையில் திகைக்கிறது

உளிக்குழிகளில் பாசி வழுவழுத்து
நேற்றினுள் செல்லும் குள்ள நுழைவாயில்
இச்சுமைதாங்கி

இன்று நடந்தது இதுதான்
விடுமுறை நாளின் சிறுமியொருத்தி
செம்பருத்திப்பூவை ஆசையிலெடுத்து
கூந்தலில் சொருகிக்கொண்டாள்

வீடடையும் போது ஏனோ
அவள் உருவியெறிந்த செம்பருத்திப்பூ
காலப்பள்ளத்தின்
ஏதோ ஓர்
அடிவயிற்றில் இறங்கிக் குளிர்கின்றது.

O

யாமத்தில் தடித்திருந்த கோட்டானின் குரலை
அதிகாலைக் கடையில் தேநீருடன் பருகுபவன்
உள்வாசம் மதுவைப் புறப்படுத்த
மெல்ல நடுங்கும் விரல்களால்
கண்ணாடி டம்ளரைப் பிடித்தபடி
தானுணர்ந்த நாற்பத்தியிரண்டாவது தத்துவத்தின்
படுதோல்வியை வேறு வேறு உடல்களில்
அனுசரிக்க முயன்றான்

வயல் காடுகளின் குற்றவாளியொருவன்
கட்டை விரலும் சுண்டு விரலும் மேல் கீழாக
தேநீர் டம்ளரை இலாவகமாய்க் கையாள்கிறான்
அவனது அலைபேசியின் முகப்பில்
ஏழுமலையாண்டவன் திரும்பினால்
சமீபத்தில் திருமணமானவன்
முன்னிரு விரல்களில் டம்ளரின் மேல்விளிம்பைப்
பற்றியருந்துகிறான்
எஞ்சிய விரல்கள் தாழ்ந்துயர்கையில்
புல்லாங்குழலிசைக்கிறது

பின்மதிய காற்றினில் கிலுகிலுவெனச் சிலிர்க்கும்
குளிர் தடாகத்தின் மேற்புறத்தை
அவனுக்குப் பரிசளிக்கையில்
தலைகீழ் விரல்களில் தொங்கி
காற்றில் நாலைந்து வட்டம் வரைந்து
வித்தைபோல் வாய்க்குச் செல்லும் டம்ளரை
நிறுத்திப் பிடிப்பவன் நடுத்தரவயதைக் கடந்தவன்

அசூயைக்கோ அனுதாபத்திற்கோ
அவனை ஒப்புக்கொடுக்க தீர்மானித்த நேரம்
கைத்தடியூன்றி வந்தவர் பெயர்
கால பெருமாள்

ராஜன் ஆத்தியப்பன்

இருகையிலும் டம்ளரைப் பொத்திப் பிடித்து
உயரங் குறையும் தேநீரைப் பார்த்துப் பார்த்து
மெல்ல உறிஞ்சுகிறார்

அவரது
கண்ணாடி டம்ளருக்கும் தரைக்குமான
இடைவெளியில் கைகளை விரித்தபடி
போய் நின்று கொண்டபோது
அவனிடமிருந்த முந்தைய நாள்
விரல் நடுக்கம் தீர்ந்து வெளியேறியது.

O

கோழிக் காமம்

எதையோ கண்காணிப்பது போல்
எப்போதும் பாவனை
இடையிடையே கொக்கரக்கோவென
இருப்பைத் துலங்க வைத்தல்

கிண்டி மேய்வதில்லை
கொத்தி எடுப்பதையும்
கூப்பிட்டுக் கொடுத்துவிடுகிறது

வண்ணங்களில் சிலிர்த்திருந்து
கூரையினுயரம் அதிக பட்சமாய்
தலைமகுடப் பெருமையில்
திமிர்நடை நடக்கிறது

விசிறியாய் இறக்கைத் தாழ்த்தி
கால்தட்டும் நடனத்தை வட்டமாக்கி
வட்டத்தின் முடிவில்
முதுகிலேறி இறங்குகிறது

அரை நிமிடம் நீள்வதில்லை
ஒரு நாளும் தீர்வதில்லை
இந்தக் காமம்
கோழிக் காமம்.

o

ராஜன் ஆத்தியப்பன்

மெல்ல மெல்லத்தான் நடந்தது
இப்போதோ
முற்றிலுமாய் உங்கள் கனவிலிருந்து
வெளியேற்றப்பட்டிருப்பதை அறிந்து குழம்புகிறீர்கள்

நீங்கள் செய்த தவறென்பது
மிகத் தாமதமாய் கனவு காணப் பழகியது
தவிரவும்
உங்கள் கனவுகளின் நெடுவாயிலை
திசைகள் அளாவ விரித்தது

பரந்திருப்பதில் நடக்கத் தெரியாதவர்கள் நீங்கள்

ஒருவேளை இதுவும் உங்கள்
கனவுகளின் ஓரங்களில் மடிந்திருப்பவை

உங்கள் உறக்கத்தின் முன்னிலையில்
ஒரு திரி கொளுத்துகிறீர்கள்

நிசிகளையெல்லாம் வெளிச்ச நூலிழையில்
கோர்த்தெடுக்கத் துவங்குகிறீர்கள்

செம்பழுத்த பரிதி சேவலின் வாயில்
வட்டம் வரைகிறது
புனர் ஜன்மமற்ற நீங்கள்
பூர்வ ஜன்மத்தின் விடியலில் சிறிதாய்
புரண்டு படுக்கிறீர்கள்

வெளிச்சத்தில் உங்கள் கனவுகள் மங்குவது
நீங்கள் அறியாததல்ல

நேற்று போலத்தான்
இன்றும்
உங்கள் கனவின் பெருவாசல் திறந்து
வெளியிறங்கி
புறந்திரும்பாது சாத்துகிறீர்கள்

நிலைச்சட்டத்தில்
உரசியடித்தடங்கும் கதவை
இன்றிரவில்
திரும்பப் பார்ப்பீர்கள்.

○

தொலையா வட்டம்

இரண்டாவது முறையாக
மன உளைச்சலெழுந்த போது
பாண்டிய மன்னன்
பலசரக்குக் கடை வியாபாரியாயிருந்தான்

இம்முறை கூந்தலுக்கு மட்டுமின்றி
தேகத்திற்கும் இயற்கையில் மணமுண்டோ என்பதுதான்
முன் பாண்டியனின் கனவுக் கலங்கல்

மூன்றாவது விழியை
மூன்றாவது முலையில் தொலைத்தவன்
சொற்கள் நாவில் திக்க
வாசனைப் பொருட்களின் பட்டியலை மொத்த
விற்பனையாளனாய் பரிந்துரைக்கிறான்

பாண்டியன் மளிகைக் கடையின்
பிரதான ஊழியர்
பெண்ணைப் போல் பௌடர் டப்பாக்களை
அட்டியில் நிறைக்கிறார்
நகப்பூச்சுக் குழம்பை நமுட்டுச் சிரிப்புடன்
உள் வரிசையில் ஒழுங்காக்குகிறார்
வாசனைத் திரவியங்களை
இறந்த தேதிகளில் தள்ளுகிறார்

கைப் பைகளில் நழுவும் மென்விரல்கள்
சொல்லையெறிந்து தொடும்
மொழி மூளும் வெக்கையின் தேக நெருப்பு
முன் பாண்டியனின் முடிவில்
மருதாணி வேதியலாகிறது
பின் விளம்பரமாகிறது

ராஜன் ஆத்தியப்பன்

ஐயோ பாவம்
கடைசிக் காட்சியில் தவறுதலாக
பாண்டியன் எரிந்துவிடுகிறான்

ஆயிரம் பொற்காசுகளையும்
ஊதாரித் தனமாகச் செலவு செய்தவன்
பெண்கள் அழகு நிலையத்தின் முற்றத்தில்
குண்டிப் புழுதி மேல்பார்க்க
கவிழ்ந்து படுத்திருக்கிறான்.

❍

கண்கள் நிமிர்க்க இயலா
பெரு வெளிச்சமிது.
காலத்தை உறக்கப் பாயாய் விரித்திருக்கும் அவனது தரித்திரம்
குதி கால்களில் கூசுகிறது.
உடைந்திருக்கும் அவனது உறக்கப் பிதற்றல்களில்
சுவருக்குள் திரும்பிக் கொள்கிறது
இந்த இரவைக் கண்காணிக்கும் கடிகாரம்.
இரவின் கருநீலத்துள் வழவழப்பாய்
ஒழுகி நகருமிந்த உயிர்
அரவு போலிருக்கிறது
மரணம் போலுமிருக்கிறது.
வெளியிலிருக்கும் இருளை
இங்கிருக்கும் பெரு வெளிச்சம்
தனது நைந்த புடவைத்தும்பினில்
தொட்டு விலகியபடியிருக்கிறது.
வெளிச்சத்தில் குத்தி நிறுத்திய
பேரிருள்
அவனை நாற்காலியில்
மனித உடலாய் வரையத் துவங்குகிறது.
ஒளி அலந்து வந்த கருவண்டொன்று
இருளின் பெருங்கல்லாய்
தன்னை அவன்மேல் எறிகின்றது.

O

ராஜன் ஆத்தியப்பன்

1

மீசையற்ற ஆண்களும்
முலைகளற்ற பெண்களும்
உரையாடிய அறையில்
ஜன்னல்களின் சித்திரங்களிருந்தன.
அங்கவர்கள் சேர்ந்த
சுதந்திர ரகசிய வழிகள் குறித்து
விளக்கம் கேட்ட விஸ்கி புட்டியில்
பேரலை தோன்றி
உடல்களைத் தள்ளித் திருப்பியது.

2

கார்கோடகன் என்றொரு சர்ப்பம்
குறிகளையும் யோனிகளையும் மாத்திரம்
காலகாலமாய் விழுங்குஞ் சர்ப்பம்
தலைகள் பலவேசமுள்ள நச்சு சர்ப்பம் – இது
பாதியுடல் பொன்னாலான மகா சர்ப்பம்.
கூரையின் வழி கசிந்திறங்கியது – சுவர்
மூலையில் சுருண்டு தலை உயர்த்தியது.

3

மார்பில் மயிர்களற்ற ஆண்களின் குரல்
பூனையினுடையதாய் மெலிந்திருக்க
இரும்பில் கடைந்த பெண்களின் குரல்
பாடத் தொடங்கியபோது
அவ்வறை தன் குறிக்கோளை
எட்டும் தருவாயிலிருந்தது.

4

மொழியினை உரித்து உரித்து
அவர்கள் அம்மணமானபோது
அறையின் கதவுகளும் சித்திரமாகின.

5

சிலிர்த்துச் சீறியது கார்கோடகச் சர்ப்பம்
அனலெழச் சாடியது அவர் கனவுகள்மீது
கணப் பொழுதுதான்
துடித்துப் பின்வாங்கி மூர்ச்சையுற்றது.

6

மௌனத்தை இசையாகக் கற்பித்து
அவர்களின் நிழல்கள்
உக்கிர நடனம் ஆடின
சுவர்களில் கூரையில்
தழுவி நழுவின வேனலின் பிம்பங்கள்
உடல்களை
மெல்ல மென்று விழுங்கின
வேறுபல ராட்சத நாகங்கள்.

૦

ராஜன் ஆத்தியப்பன்

மூன்றாவது முறையும் உன்னை மறுதலித்ததை உணர்ந்தபோது
வெகுநாட்கள் தூக்கமும் விழிப்புமற்றவனானேன்
எனது பிரிய தேவனே

சடங்கு மாறிகளுக்கு நமது தேசத்தில்
சிலுவைதானென்பது ஏற்கெனவே உனக்குத்
தெரியாததல்ல

யூதாசை நீயுணர்த்திய கடைசி விருந்தில்
எனது நிறம் மாறிய ரோமத்தைக் கவனித்தாயா

உனது கடைசி மலைப் பிரசங்கத்தில்
முட்டுக்காலிட்டிருந்தபோது
எனது உச்சந்தலையில் நீருலக்கையாய் மோதிய
மரத்தினிலை பனித்துளிகளை நான்
எவ்விதம் எதிர்கொண்டேன் என் தேவனே

ஒரு சேவற்கோழி
சிலமணி நேரங்கள் தாமதமாக்கிய விடியலை
சிவந்த விழிகளில் எதிர்கொண்ட பொழுதில்
'ஏலீ ஏலீ லெமா சபக்தானி'
சொல்லி முடித்திருந்தாய்

என்னை உனக்கு முன்பே தெரியும்
இவ்விதம் இவன் செய்வானென்று

அத்தனைக் காதலின் மேல்
நான் கொள்ளும் மறுப்பு
இவ்வுடல் நிகழ்வெனக் கருதுவீராக
தேவகுமாரனே.

○

நீர்வடிவு புனையும் வெளியில்
பெருஞ்சுழியாய் சூலுறும்
அகாலத்தனிமை
உப்பில் எரியும் குளிர் கொடும் இருளில்
பதைக்கும் மூச்சு
ஆழத்தின் தூரந் திகைத்து
அமிழ்ந்தமிழ்ந்து
முடிவுறா பெருவெள்ளத்தில்
தளரும் அசைவினை
அபூர்வ மீனொன்று கடித்து
உயிர் சினைத்தது
மேற்புறக் கடலின்
ததும்பும் விசாலத்தில்
சிறிது நீலம் புகைந்து மேலெழுகிறது
உள் தாழ்வில்
உயிர் சினைத்த மீன்வயிற்றிலிருந்து
புதுவகை மச்சமொன்று பிறவியெடுக்க
பரிதி உறிஞ்சிய வெள்ளமெல்லாம்
ஒற்றைக் கூரையில் பெய்கிறது

ஒரு முன்புறச் சுவற்றை
உடைத்துப் போனது
அரூபத் திரைமாலைகள்

இம்முறை
வெள்ளத்தால் உலகை அழிப்பதென
கடவுள் நிச்சயித்திருந்ததை
தாயத்தை உடைத்து
உலர்ந்தொடுங்கிய கொப்பூழ்க் கொடியில்
கண்டு கலங்கிய முலைக்கண்களில்
துளிர்க்கும் சிவப்பில்
சமுத்திரத்தின் எல்லையற்ற
தன்மையில் துடிக்கிறது மரணம்.

❍

இடைவேளைக்குப் பிறகு

நோயுற்ற உடலுடன்
என் வயதொத்த மருத்துவரைப் போய் பார்த்தேன்
நன்றாகப் படித்திருந்தால்
நாமும் மருத்துவராயிருக்கலாம் என்றிருந்தது.

'இல்லை' எனச் சொல்லிக்கொண்டேயிருக்கும்
வகுப்பறை நண்பனொருவன்
சொகுசுக் காரிலிருந்து இறங்கிப்போகிறான்
கொஞ்சம் சேமித்திருந்தால்
நாமும் கார் கொண்டிருக்கலாம் என்றிருந்தது.

மெயின் ரோட்டிலிருந்து வெறும் பத்து கிலோமீட்டர்தான்
என்றபடி

பட்டாக்களின் பெயர் மாற்றும்
ஊதாரியாய் உடன் திரிந்தவனின்
இரண்டடுக்கு மாளிகையில் புகுவிழா!
கூச்சத்தை மட்டும் கடந்திருப்போமென்றால்
நாமும் தரகனாய் துலங்கியிருக்கலாம் என்றிருந்தது.

பத்தாமிடத்திலிருக்கும் சூரியனின் பார்வையில்
போதிய வெளிச்சமில்லையாதலால்
உங்கள் தொழில் ஸ்தானம் நிலையற்றுதானிருக்கும்
என்றுரைத்த சோதிடன்
ஏறத்தாழ என்னிலும் இளையவன்
கேட்க அலைந்த நேரத்தில்
முயன்றிருந்தால்
நாமே சோதிடராயிருக்கலாம் என்றிருந்தது.

நாய் வாலசைப்பதை
சைகையில் காட்டும்
ஒத்த பிராயத்துப் பைத்தியம் ஒன்றிருந்தது

ஒன்றல்ல பல இருந்தன
பிம்பம் துலங்கும் சிறு குளமொன்றினை
வற்றக் காய்ந்திருப்பேனென்றால்
நமக்கும் அதுபோல் வாழலாம் என்றிருந்தது.

பருவம் மூப்பதற்கு முன் நிகழ்ந்த
அகால மரணமொன்றைச்
சிதையூட்டித் திகைத்திருக்க
அந்தப் பருவத்தில்
நாமும் அகன்றிருக்கலாம் என்றிருந்தது.

O

ராஜன் ஆத்தியப்பன்

இரவு வானம் பனைநார் கட்டில்
எத்தனைத் துளைகள்
மழை
நாளை ஒழுகலாம்
நெஞ்சு பனஞ்சில்லாட்டை
ஒழுகும் மழையை பூமியில் சிந்திவிடும்
நானும் பனையும்
பனையும் நானும்
கறுத்து காய்ப்பேறியிருக்கிறது
நடுகல்லைப் போல பனை நிற்கிறது
பழைய நினைவுகளில்
பனை நிழல் குறுக்கிட
பனம்பூச்சூடும்
தடித்த நெற்றியை
ஒருமுறை தொட்டுப்பார்க்கிறேன்
துடித்து வலித்தது
மருந்தகத்தில்
விளம்பரக் களிம்பொன்றை வாங்கி
அழுந்தத் தேய்த்தேன்
தலைமயிரில் வேர்பரப்பி ஊன்றி நின்ற
பனையொன்றை பிடுங்கி எறிந்து
எதிர்விசையில்
திரைப்படக் கொட்டகையில் போய்விழுந்தேன்.

O

இரவுறக்கப் பாயினுள் ஒடுங்கியமிழும் பகலின்
உடலருகில் தலை மாற்றி ஒட்டிப் படுக்கிறது
கருந்தீ நிறத்து நாகமொன்று

வால்தும்பு நாசியில் நிமிண்டி
உடலுள் புகுந்து உறக்கத்தில் இறங்க முயல்வதை
சர்ப்பங்கள் நெளியும் கனவுகளில்
அஞ்சியுணர்கிறேன்

விழிக்கையில் விருட்டென
மறையுமதன் நச்சுப் பல்லில்
எனது முடிவற்ற உறக்கம் கருப்பிடித்திருக்கிறது

உடலெல்லாம் துளித்துளியாய்
கறுத்து வளர்கிறது பாலுண்ணிகள்
நாகரம்மன் கோயிலில்
உப்பும் நல்லமிளகும் நேர்ந்திட வேண்டும்

கனவுகளைத் தீண்டிக் கரிப்பதற்குத்தான்
இன்னொரு கனவாய் அது படுத்திருக்கலாம்
எனினும்
புரண்டு படுக்கும் போதெல்லாம்
எனது குறட்டையொலி
அந்நாகத்திற்கு ஒரு பொய்ச் சொல்கிறது.

○

மூன்றாவது சுற்றுக்குக் குறைவுவர
இன்னொரு அரை வாங்கியவன்
என்னிடம் ஊற்றச் சொன்னான்

தூரைத்தட்டி கோழியின் தலைதிருகி
மஞ்சள் ரசத்தை சரிக்கையில்
குப்பியினுள் சுழன்றலையும் பொருளொன்றை
நண்பர்கள் கண்டு பதறினர்

அதுவொரு பல்லிவால்
பல்லி குறி சொல்லும்
பல்லிவால் ?

பிராந்தி விசம் பல்லியும் விசம்
நஞ்சு+நஞ்சு=வஞ்சி
அரம்+அரம்=கின்னரம்
என்றொருவன் முத்துதிர்த்தான்

ஞாபகங்களிலிருந்து
மதுப்புட்டிக்குள் அறுந்து விழும்
பல்லி வால்கள் பற்றி பக்கத்துப் போதையாளன்
பேச வந்தான்

பல்லிகளில்லையென்றால் வீடுகள்
போதையிழந்து விடுமென்ற அவனை
பாராட்ட நினைக்கையில்
தன் மனைவியை நளி சொல்வதாக
நண்பனொருவன் ஆவேசமுற்றான்

எடுத்திட்ட பல்லிவால்
எல்லா மேசைகளுக்கும் வளரத்தொடங்கியது

மதுவில் பல்லிவால் வந்தது
கவனக்குறைவன்று
யாரோ அவன்

தொலையா வட்டம்

குடிக்கு எதிரானவனோ
குறி சொல்பவனாகவோ இருக்கக் கூடும்

வெகுநேரம் கழித்து
தட்டித் தடவி எழுந்தோம்
மேசையோரம்
வெளுத்துப் பருத்திருந்த பல்லி வால்
எங்கள் பின்புறத்தில் துடிக்க வெளியேறினோம்
மதுவிடுதியின் வெளிச்சத்தைக்
கவ்வி விழுங்கியிருந்தது இருள்நிறப்பல்லி.

o

ராஜன் ஆத்தியப்பன்

நீ பழங்களை ஆராய்ந்தெடுக்கும் கடையின்
எதிர்ப்புற பெட்டிக்கடையில்
சூரிய நெருப்பில் சிகரெட் புகை கோர்த்தபடி
நின்றிருந்தேன்
சற்று வீங்கித் தளர்ந்திருந்த வயிற்றில்
இடக்கையிருத்தி
வியாபாரியிடம் ஏதோ கேள்விகள் கேட்கிறாய்
கனிகளை வாங்கி
பிரபல பட்டு ஜவுளி மாளிகையின் பையில்
மெல்லத் திணிக்கிறாய்

ஆப்பிளைத் தயக்கத்துடன் எடுத்து
சுழற்றி நோக்குகிறாய்
சம்பந்தமின்றி சாலையின் இருமுனையில்
தலை திருப்பிக் குனிகிறாய்

பேரம் பேசும்போது உனது மஞ்சள் முதுகு
வீட்டின் காங்கிரீட் கூரையாய் திண்மமுறுகிறது

நெற்றி முடி பின்னொதுக்கித் திரும்புகிறாய்
உனது முகம் நிறைவடைந்திருந்தது

மண்ணை, கல்லை, மரத்தைப்பார்ப்பதுபோல்
எதிர் சுழற்றிய சிறுபார்வையில் நானுமிருந்தேன்

சிகரெட்டை அசிரத்தையாய் சாக்கடையில்
எறிந்து நீ நடக்கும் மறுதிசையில்
நைய்ந்து செல்கிறேன்
இயற்கையுரத்தில் விளைந்த ஒருபழம்கூட
வாங்கியிருக்கமாட்டாய் என்கிற
தளர் சிந்தையுடன்.

❍

அரவை மில்

சிறிய ஞாபகமொன்றை எந்திரத்தில் பொருத்தி
மிளகை மல்லியைத் தூளாக்கிக் கூட்டும்
பேரிரைச்சலில்
தொண்டை கமற உரையாடுகிறோம்
இசையைக் குறித்து
ஓவியம் குறித்து
கவிதை குறித்து
வாழ்வு குறித்து

நடனமொழியென நமது உடல்மொழி
முகத்தில் ரெத்தம்கெட்டத் துடிக்கிறது

கிளிமூக்கு இரும்புக் குழாயிலிருந்து சிற்றருவியாய்
பொடிந்துதிரும் மசாலாத் தூளைத் திருப்தியுற்று

தும்மலோடு இருமலுஞ் சேர நோக்கி
எந்த நன்றியும் எந்திரத்திற்கின்றி
மின்சாரமூட்டிய நமது தேக வரலாறை
செவியடைக்கும் சூழலின் வெளியே
மசாலாப் பொடி நிரம்பிய பைகளையேந்தி
கடக்கிறோம்

எந்திரமோடும் மறைவிடத்திலிருந்து
சன்னமான ஒலி கேட்கிறது
உரையாடலற்ற வெளியில் உலர்ந்திருக்கும் அமைதியை
குளிர்நிரப்பி
நினைந்து வீடு திரும்புகிறோம் நாம்.

O

ராஜன் ஆத்தியப்பன்

கீழ்நோக்கிப் பெரிதாகும் ஆறாவது வட்ட விளிம்பிலிருந்து
தலைகீழாய் நழுவும் நிறமுலர்ந்த ஆகாயப் பறவை
புவியீர்ப்பினை எள்ளலுடன் ஒத்துதவுகிறது

ஒரு கோழிக்குஞ்சு
எலி
பாம்பு
திசைகளை றெக்கையில் அசைவித்து எழுந்து
நிலம் குனியும் தீவிர விழிகள்
கூரலகுக் கடந்து மறுபடி எள்ளுவதை
ஈர்க்க முனையாது மல்லார்ந்த ஈர்ப்புவிசை

பூமி
ஆகாய நினைவின்மையில்
தட்டான்களைக் கூட்டமாய் சற்றுயரத்தில்
பறக்க விடுகிறது
மேலுயரத்தின் மாமிசப் பறவைகளைப்
பட்டாம்பூச்சியாய் கிளுகிளுக்கிறது

முன் சொன்ன வார்த்தைகள்
காகிதமொன்றில் சித்திரமாகியிருந்தது
அது
மதுவருந்தி உடல் சிதையும்
ஓவியனுடையதாயிருக்கலாம்
காகிதத்தின் மறுபுறம் புரட்டினால்
இரைச்சல் மூண்ட பெருநகரின்
நியாயவிலைக் கடையின் நெரிசலில்
நான் நின்றிருக்கிறேன்.

❍

அவனிடமிருந்த மழையைப் பறித்துக்கொண்டேன்
பின்
அவள் மேலுறைந்திருந்த
நிறங்களை உரிக்கத்தொடங்கினேன்

அவனது இசைக்கருவியில்
அவள் வழிவது
எனது சுவாசக் காற்றில்
சாம்பலைச் சேர்க்கும்
சிறு முனகலைக் கடப்பதிலிருக்கிறது

அவள் ஆபரணங்களற்று
மூளியாக நிற்கிறாள்
அவன்
கால்சட்டைத் தொய்ந்திறங்க
தையல் கடை முற்றத்தில்
தனது
முகம் பார்க்கும் (பார்த்த) கண்ணாடிகளை
உடைத்துக்கொண்டிருக்கிறான்

அவன் ஒலியைத் திட்டுகிறான்
அவள் மௌனத்தில் இலவம் பஞ்சு விதைகளைப்
பறத்தி விதைக்கிறாள்

அவன் காலைத் தட்டிவிடுகிறேன்
பாவம்
காலத்தொலைவுகளின் பின்னே விழுந்துவிடுகிறான்
அவனோடு வரும் அவளை
யாருமறியாது இடை நுள்ளியது கோயிலில்
முறைத்தவள் சாமி படையலுக்குக்
கீற்றுப் புன்னகை கொடுக்கிறாள்

அவன் முதல் பருவத்தின்
கவிஞன்
அவளோ முதல் பருவத்தில்
கவிஞனுக்கு இறகு மிடைபவளாயிருந்தாள்

ராஜன் ஆத்தியப்பன்

பின்னுமொரு அந்தியை
மழையால் குறுக்கிடுகிறேன்
அவன் நனைந்து நிர்வாணத்தில் அழுந்த
அவள் தலை மேல் குடைவிரித்திருக்கிறது
நச்சரவம்

புணர்ச்சிக்கு முந்தய கணம்
தளர்ந்தவிழ்ந்த அவர்களின் ஆடைகள்
சவத்தினருகில்
விருப்ப உடைகளாய் பூமியுள்
புதையத் தொடங்கின

அவர்களிடம் பிடிபட்ட
இரண்டு கவிஞர்களின் விரல் பற்றியிழுத்து
ஆணிகள் நட்ட வெளியினில்
துரத்துவதைத்
திரைப்படக் கொட்டகை முன்
சூதாடுபவன் கையசைவில்
முடிவின்றி செய்கிறேன் நான்.

O

நான் பார்ப்பதற்கு முந்திய கணம் வரை தன்னைத் தானே
பார்த்துக்கொண்டிருந்த கண்ணாடியுள்
நிறம் விசிறும் தொடுப்புகளை எனதுடல்
அணியத் துவங்குகிறது

நானிப்போதல்ல
முன்னமே
கண்ணாடியில் உடுத்துபவனாயிருந்திருக்கிறேன்
கண்ணாடியை உடுத்துபவனாகவும்

எனதுடல் அறங்களின் கற்பனை
இன்றைக்கு இந்தத் தெருவில்
நாயொன்று இரவின் ஒளித் தேமலில்
அலைகின்றது
ஒளியை நாயென்றும் சொல்லலாம்

இப்போது மீண்டும் கண்ணாடி பார்க்கிறேன்
மூன்றாம்பிறையின் ஓர விளிம்பில்
நிறம் குலைந்து மங்கிய இடு பெயரில்
நானிருந்தேன்

எனக்கொரு பெயர்
எனது கண்ணாடிக்கு ஒருபெயர்
கண்ணாடி ஆடியாக
பின்னோக்கும் கண்ணாடியாய்
நகரைப் பிரதியெடுக்கும்
ஒற்றைச் சாளரமாய்
அதி நவீன விற்பனைக்கூடங்களின்
மோகத்தில் மலிவதாய்
வானுயர் கட்டிடங்களில் வளைந்தொதுங்க
எனது தளர்வு
ஊளையிட்டுக் கடக்கும் வாகனத்தின்
ஒலியில் சிவந்திருக்கிறது.

❍

இறுதியாகச் சர்ச்சிலிருந்து வெளியேறுபவன் கண்கள்
அனிச்சையாய் பலிபீடத்தை நோக்கியது.
பின்புறச்சுவற்றின் பிரதிமையில்
தேவமாதா கரத்திலிருந்த குழந்தை
என்னையும் வெளியே அழைத்துப்போயேன்
என்பதுபோலிருந்தது
யோசனையுடன் இறங்கியவன்
அடைத்த
இரு கதவுகளுக்கிடையே
தனது இருசக்கர வாகனத்தை ஓட்டத்தொடங்கினான்.

O

ராணி லக்கி பிரைஸ்

பாகம்1 (தோற்றம்)

ராணிக்கு ரோகிணி நட்சத்திரம்!

ஓலைக் கூரையின் ஓட்டையிடுக்கில்
நிலா பார்த்தவர்கள்
ராணியின் ஜெனன ஜாதகத்தால்
மொட்டை மாடியில் நிலாச்சோறு
உண்ணத்தொடங்கினர்.

ராணியின் அப்பா தடுக்கி விழுந்தாலும்
பிடி மண்ணோடு எழுவது
தற்செயலானது.

ராணி வீட்டில்
நாலணா நாணயங்களால் வடிவு பொலிந்த வேங்கட நாதன்
கண்ணாடிச் செவ்வகத்தில்
ஒளிர்ந்துகொண்டிருந்தார்.

செவ்வாய், வெள்ளி நாட்களில்
இறைச்சி, மீன் சேர்ப்பதில்லை.

மாதந்தங்களிலெல்லாம் குடும்பமே
கோயிலிலிருக்கும்.

முன்புற மதில்மேல்
இரும்புச் சட்டியில் வைத்திருந்த
சோற்றுக் கற்றாழை
நீரின்றி செழித்தது.

வீட்டில் வளர்க்கும்
வாழைமரங்கள்
வடக்கு நோக்கியே குலை தள்ளியது.

ராஜன் ஆத்தியப்பன்

இப்படியான நன்னிமித்தங்களில்தான்
அவர்கள்
'ராணி லக்கி பிரைஸ்' அட்டைகளின்
உற்பத்தியாளர்களாயினர்.

பாகம் 2 (தன்மை)

சிவப்பில் மடித்த சிறுசதுரக்
காகிதப் பொதியைப் பிரிக்கப்பிரிக்க
ஜோக்கர்களின் உடலில்
வெறுங்கை விரிக்கும் ராணி
வயது வேறுபாடின்றி
எல்லாக் காதலையும் ஏற்கிறாள்.

அவளது பத்து பைசா புன்னகைக்காக
பலநூறு இழந்தவர்கள்
பத்து பைசா கிடைத்ததும்
பித்தேறித் திரிவது
குபேர சாபம் என்போருமுண்டு.

ராணிக்கு சிலநேரம் பைத்தியம் பிடிக்கும்
பின் வாசலில் கோலமிடுவாள்
முற்றத்தில் எச்சில் உமிழ்வாள்.

அவளை
சிறு குழந்தைபோல்
எப்போதும் சுமக்க வேண்டும்
இறக்கிவிட்டால் குடுகுடுவென ஓடி
எங்கேனும் விழுந்து அடிபடுவாள்

பொழுதெலாம்
புனர் ஜன்மத்தில் பிறக்கிறார்கள்
ராணியின் பெற்றோர்
அவளோ
அனைத்து பருவ காலங்களிலும்
காந்தர்வ மணம் செய்தபடியிருக்கிறாள்

பாருங்கள் !
தங்க நாணயங்களில் ஒளிரும்
அவள் புன்னகையின் சீதளம்
கூரைகளின் அந்தரத்தில் உறைந்திருப்பது எவ்வளவு அழகு!

பாகம் 3 (ராணியின் ஒப்பனை அறை)

ஒழுங்கு குலைந்து சிதறிக் கிடக்கும்
புனிதப்பொருட்களால் நிறைந்திருக்கிறது
ராணியின் ஒப்பனை அறை.

ஒவ்வொரு முறை பார்க்கும் போதும்
தோல் சுருக்கம் நீக்கும்
அவளது நிலைக்கண்ணாடி
பாற்கடல் கடையும்போது
புறப்பட்டதாய் இருக்கலாம்.

வியர்வைத் துடைப்பதற்கென
அலமாரி நிறைய பொன்மொழிகள்.

துர்கந்தம் பரப்பும் நீர்மத்தைக்
குருதியில் குழைக்கிறாள்
வாசனைத் திரவியமாகிவிடுகிறது.

ராணியின் கணவர்கள்
அவள் நிலைக்கண்ணாடியிலிருந்து
நொடிக்கொருவராய் வெளியேறிச்
செல்கின்றனர்.

தளமற்ற அவ்வறையின் கூரையோ
காணுந் தொலைவிலில்லை.

பாகம் 4 (பரம பதம்)

ராணி லக்கி பிரைஸின் முதுகில்
பரமபதக் கட்டங்களிருக்கின்றன

குட்டி ஏணிகள்
பெரிய ஏணிகள்
சிறு, பெரும் பாம்புகள்
சாமிகள்
சாத்தான்கள்
பூச்சிகள்

ராஜன் ஆத்தியப்பன்

விலங்குகள்
பறவைகள்
சோழியும் தாயக்கட்டையும் தேவையில்லை.
கண்கள் மூடி எண்களை நீங்களே
தியானித்தறிந்து காய் நகர்த்தலாம்.
மிதமின்றி நீங்கள் மதுவருந்தியிருந்தால்
விளையாட்டு
காண்பவர்களை மகிழ்விக்கும்
ஏணியில் ஏறவும் முடியாது
பாம்பின் தலையோ பள்ளத்தில் விழுங்கும்

காலி அட்டைகளை எரித்துப்
புகைப் பிடிப்பவர்களைப் பார்த்திருக்கிறீர்களா
புது வருட நாட்காட்டியை
எரிப்பது போலொரு
தற்கொலையின் ருசி மிகுந்தது
அதுவென்கிறார்கள்.

பின் குறிப்பு:

ராணி லக்கி பிரைஸ் தயாரிப்பாளர்
விற்பனையாளர்களெல்லாம்
முன்னொரு காலத்திலிருந்தே
தலைமறைவில் பாதுகாக்கப்படுவது
இறுகிய முகத்தில்
நிறங்கள் மூண்ட சிரிப்புடன்
வாளில் பளபளக்கும் பேச்சோடு
பரிசு அட்டைகளை விநியோகிக்கும்
ஒருவனுக்குத் தெரியாதென்றுதான்
நம்ப வேண்டியிருக்கிறது.

ஆனால்
ராணியைக் கற்பனைக் கதாபாத்திரம்
என்றால் ஒத்துக்கொள்வீர்களா

பிறப்பதற்கு முன்பே அவள்

இறந்துவிட்டாளென்பதேனும்
உங்களுக்குத் தெரியுமா?

எப்படித் தெரியும்
ராணியின் பருத்த தனங்களில்
பாலருந்தும் கனவில்
பெருவிரல் சப்பிக்கொண்டு
அனர்த்த வெளியில் எதிர்ப்படுவது
நீங்களும் நானுந்தானே.

O

ராஜன் ஆத்தியப்பன்

திணையிலி

யாமத்தில் நானெழுதும் பாடல்
மலர்களில் வெளுத்திருக்க
காலையில் கறுக்கும் அதன்
தொடர் வினோதம்
வளர்ந்து பரந்திருந்த இருளுடலைப் பரிகசிக்கிறது.

'அறத்தில் கோர்த்த வார்த்தைகளால்
அலங்கரித்த உடலுக்கு அற்பமனம்'
என்றொரு வாக்கியமெழுதிக் கடலிலிட்டேன்
அலைக்கழித்து அலைக்கழித்தென்னையது
மணிமேகலையின் வீட்டு வாயிலில் தள்ளிவிட்டது.

வேப்பம் பூவுக்கொரு வெண்பா பாடவருமாறு
காளமேகத்தை அழைக்கும் எனது பால்யம்
பொருட்பாலில் தயிர் கடையும் மத்தாகிப்போனதைக்
கூகையொன்று நள்ளிரவுக்குச் சொல்கிறது.

நெடுநேரம் கூர்ந்தால்
கண்நோவு வருமெனச் சொல்லியும்
கள்ளிப்பூவைப் பார்த்திருக்கிறது
புத்தகத்திலிருந்து நழுவிய அந்த
மயிலிறகின் ஒற்றை விழி.

பூமிக்குப் பூமி என்ற சொல்லே
புளித்த உவமையாயிருக்கும் அவலத்தை
ஒரு கலயம் கள்ளிடம் கேட்டுவரச்சென்ற
பறவைக்காலி எறும்புகள் இன்னும் திரும்பவில்லை.

செம்பருத்திப்பூ வண்ணத்தில்
இசையைப் புனைந்து முற்றத்திற்குக் கொண்டுவரும்
கொத்தன் நான்

பழங்கோயில் தூணில்
நடன நிலையில் உறைந்திருந்த
பெண்ணொருத்தியை இழுத்துக்கொண்டு
ஊரைவிட்டு ஓடிவிட்டேன்.

கால்கழுவப் பாயும் வெள்ளத்தில்
குவார்ட்டரைக் கலந்து அடித்து
நகரப் பேருந்து நிலையத்தின்
கழிவறை விட்டு அகாலத்தில் வெளியேறும் என் கலங்கிய
முகத்தின் முன்பு கொடுநதியாய் குழைந்தபடி
இரும்புக் குழம்பும் சிமென்ட் குழம்பும்
திசை திசை ஓடியகல்கிறது.

ஐந்தரையடி உயரத்திலிருக்கும்
எனது வீட்டின் கூரையை உரசியபடி
தாழ்ந்து வருகின்றன மின்கம்பிகள்.
வீட்டை இன்னுங் கொஞ்சம்
மண்ணுக்குள் இறக்க வேண்டும்.

O

ராஜன் ஆத்தியப்பன்

வைகறையும் காலையும்
'காற்றில் வண்ணங்கள் சிதறும் பறவைகள்' என்றெழுதியவன்
சற்றே நிதானித்து
'காற்றினூடே செவிகளில் வண்ணங்கள் நிகழ்த்தும் பறவைகள்'
என விரித்தான்.

'வைகறை இளங்காற்றின் மென்குளிரை மலர்களில் வரையும்
பறவைகள் இன்குரல' என மாற்றியபோது சிறு
நிறைவுற்றான்.

'பட்சிகள் குரலில் கண்ணாடி பார்க்கிறது காற்று.
வகிடெடுத்துக்கொள்கிறது வைகறை' இது
இன்னும் நன்றாகவும் கிளுகிளுப்பாகவும் இருக்கிறது.

'வாகன ஒலிகள் எந்திரக் கூடங்களின் ஒலிகளுக்கு
எதிர்த்திசையில் நிகழும்
குருவிகள் குரல் தொல்லுலகின் தொடக்க வானத்தில்
ஆதிமுதல் அதிகாலையை நெஞ்சிழுத்து நெய்கிறது.'
குற்றமில்லை என்றாலும் இது போதவில்லை.

எழுதியதின்மேல் தாறுமாறாகப் பேனாவால் கிறுக்கிவிட்டு
அறையிலிருந்து வெறுமையாய் வெளியேறினான்.

மூடிய காகிதத்தில்
மூண்டிருக்கும் கோடுகளில்
வேறுவேறு பறவைகளினொலி
கண்ணிகளில் மாட்டித் தவிக்கிறது.

வெள்ளெனப் புலரத் துவங்கும்
கடைத்தெருவில்
குவளைக்குள் உயர்ந்து சாடும் தேநீரொலி தாங்காமல்
மரத்திலிருந்த மென்குரல் பறவையொன்று செத்து வீழ்ந்தது.

ஒரு மிடறு தொண்டைக்குள் இறங்கியபோது
சாலை
இரைச்சலெழத் திறந்துகொண்டது.

❍

ஒழுக்கத்தை ஏந்தி அலையும்
ஒரு மங்கல உறுப்பு இல்லாத இவனை
ஊனம் என விளிப்பதில்
தவறில்லைதான்

நகரம்
நால்வழிச் சாலையில்
கொடு நாற்றமெழ மலங்கழிப்பதை
உணருமிவன் நாசி
நாய்களின் முகத்திலமர்ந்துகொண்டு
தெருத்தெருவாய் ஓடுகிறது.

மதுபானக் கடையிலிருந்து
கழுத்து சுளுக்கித் திரும்பிய
திடீர் போதகர்கள்
மூடி எறிந்த வெற்றுக் குப்பிகள்
நீர்நிலையின் அலை விளிம்பினில்
ஆடும் நடனத்தில்
மோதிய மீன்கொத்தியின்
உடைந்த அலகில் இவனுமிருந்தான்.
மலைப்பாம்பின் உடலுக்குள்
புகுந்துகொண்ட
திறந்தவெளிச் சந்தைகள்
குளிரேறும் அறைகளுக்குள்
சுருண்டிருப்பது கண்டு
மல்லித் தழைபோல்
மறுகி மலைக்கிறது
இந்தக்
கேவலமான கற்கால நெஞ்சம்.

விளைச்சலுக்குப் போனவனும்
வேட்டைக்குப் போனவனும்
ஏறிய பேருந்தில்
ஒருவன் காலை ஒருவன் மிதிக்க
கட்டிப்புரண்டு சண்டை.

ராஜன் ஆத்தியப்பன்

கிழிந்த சட்டைப்பையிலிந்து
சிதறிய நாணையங்களையெடுத்து
தனக்குத் தெரிந்த ஊருக்குச்
சீட்டு கிழிக்கிறார் நடத்துனர்
பூமி சமாதானமாய்ச் சுழல்கிறது
தனக்குத் தானே சட்டையைக்
கிழித்தபடி
பேருந்திலிருந்து
தன்னை உதைத்து வெளியே விழுகிறான்
இந்தப் பைத்தியக்காரன்.

o

கனத்த இருளில்
ஒரு நிலவைப் பொருத்தி வைத்துவிட்டு
பகலில் இசையைப் படரவிடுகிறேன்

தலை செல்லும் இடமெங்கும்
ஒளிவட்டமாய் பௌர்ணமி.

பையப் பின்வாங்கும் கதிரொளி
கன்னங்களில் சோவையாய்
வெளிறியது.

நிலவை உவந்தும்
கதிரைப் பழித்தும்
நான் ஒரு கவிதை எழுதினேன்.
சுடு வெய்யிலின்
இசையற்ற மலட்டுத்தனத்தை
அதில் தர்க்கித்திருந்தேன்.
ஒரு வீட்டின்

கூரை வார்க்கும் எத்தனத்தில்
அங்குமிங்கும் ஓடிச்சுமப்பவனின்
உச்சி தொடங்கி
நெற்றியிலிறங்கி
புருவங்களில் தேங்கி
நாசியில் சறுக்கி
வாயில் விழுந்து
கழுத்தை நனைத்து
மார்பில் நெளியும் நீர்ப் புழுக்களை
வரிகளாய் எழுத எழுதத்
துடைத்துக்கொண்டேயிருக்கிறேன்.

வழிந்து வழிந்து
இடை உள்ளாடை நனைத்திறங்கி
கால் பெருவிரல் நகத்தில்

ராஜன் ஆத்தியப்பன்

திகைக்கும் ஒரு பெருந்துளி வியர்வையை
வீசிப் புறங்காலால் அடிக்கிறேன்.

உயர்ந்து செல்லும்
உப்பில் மணக்கும் நீர்ப்பந்து
சூரியனில் மோதி உடைகிறது

பாவம் அந்தக் கதிர்வட்டம்
கன்னம் சிவந்திருக்க
மாலையைப் பிறப்பித்தது.

O

மயிர்

தலையில் ஒற்றை மயிருள்ளவன்
மிச்சமிருக்கும்
வெற்றிடங்களைக்
கைகளால் தடவித் தடவி மெருகேற்றுகிறான்

அவன் மொட்டையன்று
ஒரு மயிர் இருக்கிறது.

அவன் துறவியுமன்று
துறப்பதற்கு இன்னுமொன்றிருக்கிறது.

கொண்டையாக தலையில்
சுமந்து திரிகிறானே
அது ஓரிழை என்றால்
யாரேனும் நம்புவார்களா

அவனது தலைக்கு
வேறெங்கும் கிளைகளில்லை.

ஒற்றை மயிரை விழுங்கினால்
வயிற்றினுள்
ஏராளம் மயிர் முளைக்குமென்று
பாட்டி சொல்

மயிர் வழித்தடத்தில்
தடுமாறி நடந்து முடிகிறது மயிர்
முடியாமலிருக்கிறது முடி.

○

என்வீட்டு மொட்டை மாடியிலிருந்து
'பிரகாசிக்கும் நட்சத்திரமொன்றைக்
குறிபார்த்து
வலுவெல்லாம் திரட்டிக்
கல்லெறிந்தேன்
கல்லும் நானும்
அரைவட்டமடித்தபடி
கீழே விழுந்தோம்
பொத்தென்று என் தலையில் விழுந்த
நட்சத்திரம்
தனது ராட்சத உடலை
இனி எப்படி வானுக்கு வழங்குவதெனக்
குழம்பிக் குமைந்து
பகலின் தெருக்களில்
வெளிறிக் கிடக்கிறது.

O

அர்த்தநாரி

உயிர் வகிர்ந்திருக்கும்
உறக்கத்திலிருந்த என் செவியருகே
கைதட்டும் அழைப்பொலி.
பதறி விழித்து
'நாகர் கோயில் ஒண்ணு' என்கிறேன்
இடையினச் சிரிப்பொலி சிதற
'நாரோயிலுக்கு நாரோயில்லருந்து
டிக்கட் எடுக்காண்டாம் ராசா'
தலை வருடி முன் மலர்ந்த
உள்ளங்கையில்
நெஞ்சைப் பிடுங்கி வைப்பது போல்
பணமெடுத்துக் கொடுத்தேன்
இறங்கிட எழுந்தபோது அகலாத அவளு(னு)டலில்
மெலிதாய் மோதிய எனதுடல்
இருபாதியாய்ப் பிளந்து
பேருந்தின் இருபுறப் படிக்கட்டிலும்
இறங்குவதை உயிர்நாடி உணர்கிறது.

பிள்ளைக் குளவிக் கூடு வனையும்
மகப்பேறு மருத்துவமனைகளின் வெளிச்சத்தில்
நகரம் தாலாட்டொன்றின்
இலயத்திலசைகிறது என ஒருவன்
தகவலுரைக்கிறான்.

அன்றிருந்த இடம்
இன்றிருக்கும் இடம்
ஒத்தவை
மறுத்தவை
சுகித்தவை
முகம் சுழித்தவை என

இரண்டும் கெட்டிருக்கும்
இரண்டில் ஒன்றியிருக்கும்
ஒன்றும் கிட்டாதிருக்கும்
இந்த மனதை எங்குபோய் தொலைப்பதெனத் தளும்புகையில்
மதுபானக் கடை வரிசையில் நின்றிருந்தேன்

குப்பி கிடைத்துத் திரும்பினால்
'எங்க கர்ண மகராசா வாராரு
காசயள்ளி தருவாரு'
கைதட்டி தோள்தொட்ட குரலின்முன்
மிச்சமிருந்த சில்றைகளோடு
மிகப்பெரிய காணிக்கைப்
பெட்டியினுள் விழுகிறேன்.
O

எலுமிச்சங் கனியின் சுயசரிதையிலிருந்து சில குறிப்புகள்

1

சதுரவடிவப் பானையாய்
மெல்ல அசைந்துகொண்டிருந்தது வீடு.
கையறு பாடல்களின் புளிப்பு
ஊறிப் பெருகி
பழங்கஞ்சியாயிருந்தது.
சோற்றுப் பருக்கைகளைப்போல
குழந்தைகள் நீந்திக் களித்தனர்.

வெளுத்த துணிகளின்மேல்
எச்சமிடும் காகங்கள்
மீன் செவுள்களையும்
கோழிக் குடலையும்
பானையின் தூரில் மறைத்துச் சென்றன.

மரத்தடி தெய்வங்கள்
கனிந்தனுப்பிய
எலுமிச்சம் பழங்களால்
பனங்கிழங்கு அலகுடைய செங்கால்
நாரைகள்
ஆடும் வீட்டினை
அடை கொடுத்து நிறுத்திய போழ்து
முற்றத்து வெளியில்
ஊறுகாயாய் நறுமணமெழ
பிறைநிலா தோன்றியது.

கன்னத்தில் உலர்ந்துறைந்த
ஊறுகாய்ச் சாறோடு
விடிலியிலிருந்து வெளிச்சாடிய
சிறார்களின்

செருப்பற்றப் பாதங்கள்
அழுந்திக் கடந்ததில்
கன்னங்குழி விழ
நகைத்தது நிலம்.

2

ஊருக்கு வெளியே பனைமரத்தைத்
துரத்திய பின்பு
எங்கோ பனங்காட்டில்
மனித முகத்தோடு
காய்கள் காய்ப்பதைக்
காணச்சென்றவர்கள்
தரை துளைத்து பீறிட்டெழும் சுட்டுவிரலாய்
பனங்கன்றுகள் பார்த்தனர்.

பிளவடிகளின் உடலிலேற்றி ஊருக்குள்
சூடிவிட்டஒட்டத்தியில் காட்டின் மணம்.

அந்தி வெளிச்சம் பரவும்
போதமற்ற விழிச்சடவு
தனது வசிய இழைப் பின்னலில்
அனாதைத் தனங்களின்
மென் கால்களைப் பற்றிப் பிடிக்க
கேவல்களாய் உரையும்
காவோலை சலசலப்பில்
பெருவெளி கலய வடிவெடுத்தது.

கரும்பனைக் கூட்டத்தின்
முரடேறிய பொருக்கினில்
தேய்த்துச் சொறிந்தவளின்
முதுகுத் தொலியுரிந்த சிவப்பினில்
தண்டனைக் கருவிகளும்
போர்க் கருவிகளும்
தோன்றி மறைந்தன.
பிறகு
பனைஉயரம்
அகலத்துக் கமுகின் உயரத்தை
அண்ணார்ந்து பார்க்கப் பழகியது.

நறுக்கிய கமுகம் பாளையில்
மடித்த ஊறுகாய் விரித்து
நாவோரங்களில் இழுத்து
உமிழ்நீர் உறிஞ்சி
உதடு குவித்தபோது
புளிப்புச் சுவையில்
குவிந்திருந்த உலகம்
மீண்டும் உடைந்தது.

3

தலைவாழைத் தளிரிலைபோல
பரந்து மினுங்குகிறது பெருநகரம்
ஓநாய் வயிற்றோடு
விருந்துண்பவர்களின்
கூசுகின்ற பற்களுக்கு
இலையின்
இடதுபுறத் தொலைவிலிருக்கும்
ஊறுகாயின்மீது
விமர்சனம் ஏதுமில்லை
விரல் வைப்பதுமில்லை.

4

தீவினையைக் கூடுமாற்றி நாற்சந்தியில்
விட்டுச் செல்பவரின் முகங்களில்
நீர்க்கடுப்பின் ரேகைகள் மாறித் தெளிவுறுகிறது.
அம்மஞ்சள் பிசாசைத் தூற்றி
கால்மாற்றி நடப்பவர்கள் ஆளுக்கொரு
எலுமிச்சையை வீடு சேர்க்கிறார்கள்.

5

அம்மன் நான்குபேர்
எலுமிச்சைகளிரண்டை பூடகவெளியில்
முடிவின்றி உருட்டி விளையாடுகிறார்கள்.
பூமியின் எல்லாத் திசைகளிலும் இழுபட்டு
நைகிறது ஆண்குறி.

6

வழுக்கி வழுக்கிப் பற்றிப் பிடித்து
அறையிலிருந்த கனியில் ஏறிநின்று
முன்கால்கள் தூக்கி நிமிர்கிறது சிற்றெறும்பு.
உலகம் ஓர் எலுமிச்சையளவில் சுருங்கிவிட்டது.
மறைந்திருக்கும் எலியின்
முகத்திலிருக்கும்
கடவுளின் கண்கள்
பளிச்சென்று ஒரு முறை பூமியைப்
படமெடுத்தது.

7

சைனாக் களிமண் சீசாவிலிருந்து பூஞ்சை படர்ந்த ஊறுகாயை
தெருவோரத்தில் கொட்டிக்கொண்டிருக்கிறாள் ஒருத்தி
பிளாஸ்டிக் எலுமிச்சையை
நசுக்கியபடி
வாகனத்தைப் புறப்படுத்துகிறான் ஒருவன்.

8

மூலைகள் நேர்த்தியாய்ப் பின்னியிருக்கக்
கவிழ்ந்திருக்கும்
நெருப்புக் கடவத்தில்
நரங்கும் வேனலை
எலுமிச்சையெறிந்து விலக்குபவன்
உப்பளத்தில் நெளிந்து வரும்
போஞ்சியாற்றில் நீச்சலறிந்தவன்.

9

நெஞ்சைப் பிழிந்து
தோலாய் புறமெறியும்
வணிக வெளி நோக்கி சூழ்பவரின்
மறு திசையில்
தோலை உட்குழித்து
தீபமேற்றும் அதிகாலை நேர்ச்சைகள்.

10

ஊறுகாயின் ஒரு கீற்றைத்
தோணியாக்கிக்
கள்ளின் பட்டைகளையும்
கலயமும் கடந்து
பிராந்திக் குப்பியைச்
சென்று சேர்ந்த ஒரு எலுமிச்சங்கனியை
இடமிருந்து வலம் மூன்றுமுறை
தலையைச்சுற்றி
இருட்டில் எறிந்து
திரும்பிப் பாராமல் வீடடைகிறான்
மஞ்சளொளிரும்
உபகிரகமொன்று
வீட்டைச் சுற்றத் தொடங்குகிறது.

O

ராஜன் ஆத்தியப்பன்

நோவின் தூல வடிவம்

காற்றில் புதையும் ஊத்தைச் சொற்களின் பிடிமண்ணை
வாரி வீசுகிறது முதிர்காமம்.
பச்சைக் கூட்டத்தினிடையே
வலியின் இளங்குருத்து தனித்து எரிகிறது.

நெருப்பைப் பழிவாங்குவதற்கென
பொழிவித்த பெருமழையெல்லாம்
அம்பல முற்றத்திற்கு வெளியே
அடங்கிப்போயின.

அத்தாணி மண்டபத்தில்
காய வைத்திருந்த
உறக்கப் போர்வைகளை உலரவிடாது
மடித்து வைப்பதன்றி
வலியின் பிசாசிற்கு
வேறு வேலையில்லை.

பாழில் பிதுங்கிய பீழைத் திரவியம்
மூளியாய் நிற்கிறது
உயிர் குடையும்
இருளின் தரிப்புத் திரட்சியில்.

வலியின் கணிதம் சூனியம் பெருக்கும்
எனவும்
நோவு என்பது
தத்துவங்களின் செவிடு எனவும்
புதிய கிளிப்பிள்ளை
பழைய கிளிப்பிள்ளைக்கு வகுப்பெடுக்கிறது.

காதடைக்கும் இரைச்சல்
அண்ணாக்கு உரையாடல்
மறுக்க மறுக்க உடலை உடுக்கும் கசப்பு.
ஒன்றில் ஒடுங்கும் பேரவத்தை.
கால் பெருவிரலளவிற்கு
குறைந்த பிரபஞ்சத்தில்
ஒற்றையாய் மின்னித்தவிக்கும்
வலியின் உலகம்.

O

எனது வீடு

சொற்களின் பின்னே
உடல் நிமிர்த்து
செவி விடைக்க நிற்கும் நாயை
நாற்றிசையிலும் சூடிவிரட்டும் காலம்
அங்காந்த வாயில் தவிக்கும் நாவால்
காற்றினில் வியர்க்கும்.

பாஷைகளையறியாத கோழிகள்
கூரையினுயரத்தை அதிகபட்சமாய்
அடைந்து
ஒலி குவித்து வானிலெறிய
முற்றத்தில் விழுந்து உடைகிறது
கனவுச் சூரியன்.

மொழியறிதல்
இன்னுங்கொஞ்சம் நீளமான
கயிறு
மேய்தலின் எல்லையை
விரிவாக்கும் சிறிய விடுதலை.

பிராணிகளும் பறவைகளும்
தெய்வங்களின்
சொற்களாய் அலையும் தெருவின்
கடைக்கோடியிலிருக்கிறது எனது வீடு.

ஒரு சொல்லில்
விழிப்பவனாகவும்
ஒரு சொல்லில் பகலுண்பவனாகவும்
ஒரு சொல்லில் உறங்குபவனாகவும்
ஒரு சொல்லாய் எஞ்சும்

ராஜன் ஆத்தியப்பன்

ஒருவன் அங்கிருக்கிறேன்.
வேறு வேறு சொற்கள்
கை கால்களைப் பற்றியிழுக்க
பழஞ்சொற்கள் குரைக்க
புது மொழிகள் அழைக்க
சொற்களால் சொற்களில் அறையப்பட்டவனின்
பாசாங்கு நடனத்தை
வான்திரையில் படம் பார்க்கிறேன்.

O

மண்ணுழுந்தி

கருணையற்றப் புழுக்களின்
இலாவகங்களின் முன்னே
சுரணையற்று வீழ்கிறது இகஞானம்.

தன்னை உதைத்துத் தானெழுந்து
கரணமடிக்கும்
கூத்தாடிப் புழுக்களின் அற்புதத்தை
எனது கிண்ண நீரினுள் நெடுநேரம்
வியக்கும் பொழுது
முகம் மொய்த்திருந்தன கொசுக்கள்.

பண்டைய எனது முரட்டு நாரை
புழுவென நினைத்து
விலாங்கொன்றை விழுங்கிவிட்டது.
கழுத்து நீண்டிருக்கும் காரணம்
இந்தப் புராணம்தான்.

மென்மன
நாங்கூழ் புழுக்கள்
மழை தழுவி பயணிக்கும்
கார்காலம்
தார்ச்சாலையில் ஏமாற்றமடைந்து
சிதறி நசியும்.
நடுவில் துண்டுபட்டு
இரு திசையிலும் நகரும் உயிர்க்கவலை
வீடுகளின் கதவிற்குள் சாலைகள்
திறந்து கொள்வதை
அலமந்து குமையும்.

முன்னும் பின்னும்
கீழும் மேலும்

ராஜன் ஆத்தியப்பன்

மண் நிறைந்திருந்தது
வெளியே இழுத்து
வெய்யிலில் தொலைத்த
எந்திர மிருகத்திற்குச் சமூக முகம்.
புழுவென்ற உயிரியல்
பாம்பென்ற வடிவியலில் அடிபடுகிறது.

கால்கள் விரித்து
பாதையோரப் புதரில்
நாய்போல் உருவத்தின் மேல்
குறுக்கு நெடுக்காய் புழுக்கள்

தோற்றத்தின்போதே
தோன்றியிருக்கக் கூடும்

'வயிற்றுப் புழுவுக்கு மருந்து சாப்பிட மறக்காதே'
கனவில் வந்து
சொல்லிச் செல்கிறாள்
இறந்துபோன அம்மா.

O